SÁCH NGƯỜI SÀNH ĂN TUYỆT VỜI

100 Công Thức Sáng Tạo Tôn Vinh Ẩm Thực Bưởi

Tài Lưu

MỤC LỤC

GIỚI THIỆU

Chào mừng bạn đến với "Cuốn sách dành cho người sành ăn bưởi đỉnh cao", nơi chúng tôi mời bạn tham gia hành trình khám phá thế giới ẩm thực bưởi sôi động và đa dạng! Bùng nổ với hương vị thơm ngon và khả năng nấu nướng, bưởi chiếm vị trí trung tâm trong bộ sưu tập gồm 100 công thức nấu ăn sáng tạo nhằm tôn vinh hương vị độc đáo và tính linh hoạt của nó. Cho dù bạn là người đam mê cam quýt hay mới làm quen với thế giới bưởi, hãy chuẩn bị sẵn sàng để được truyền cảm hứng khi chúng ta bắt tay vào một cuộc phiêu lưu ẩm thực không giống ai. Bưởi không chỉ là trái cây ăn sáng hay đồ trang trí cho cocktail; đó là một nguyên liệu linh hoạt có thể nâng tầm món ăn trong mỗi bữa ăn. Từ món salad tươi mát đến món chính thơm ngon, món khai vị hấp dẫn cho đến món tráng miệng hấp dẫn, bưởi tạo thêm hương vị tươi sáng và thơm ngon cho mọi món ăn mà nó tạo nên. Trong sách dạy nấu ăn này, chúng tôi đã tuyển chọn một bộ sưu tập các công thức nấu ăn thể hiện hết tiềm năng của bưởi trong nhà bếp. Mỗi công thức đều được chế tạo tỉ mỉ để làm nổi bật hương vị sống động của trái cây, cho dù là điểm nhấn của món ăn hay vai trò hỗ trợ giúp tăng thêm chiều sâu và độ phức tạp.

Cho dù bạn đang muốn gây ấn tượng với khách ăn tối bằng bữa tiệc lấy cảm hứng từ bưởi ngon hay chỉ đơn giản là thèm một bữa ăn tươi ngon và đầy hương vị cho chính mình, thì những trang này đều có thứ gì đó dành cho tất cả mọi người. Với những hướng dẫn dễ thực hiện và những mẹo hữu ích khi làm việc với bưởi, bạn sẽ cảm thấy tự tin và có đủ sức mạnh để khám phá khả năng nấu nướng của loại trái cây họ cam quýt yêu thích này. Vì vậy, hãy cầm dao, mài giũa kỹ năng của bạn và sẵn sàng bắt tay vào hành trình ẩm thực tôn vinh hương vị tươi sáng và đậm đà của bưởi. Cho dù bạn là một đầu bếp dày dặn kinh nghiệm hay một người nấu ăn tại nhà mong muốn thử nghiệm các nguyên liệu mới, hãy để "Cuốn sách dành cho người sành ăn bưởi tuyệt đỉnh" là kim chỉ nam cho sự sáng tạo và đổi mới trong ẩm thực. Hãy chuẩn bị để kích thích vị giác, đánh thức các giác quan của bạn và yêu bưởi một lần nữa. Hãy cùng khám phá 100 công thức sáng tạo tôn vinh thế giới ẩm thực bưởi sôi động và đa dạng!

BỮA SÁNG VÀ BỮA TRƯA

1.Bánh pudding hạt chia Mason jar

THÀNH PHẦN:

- 1 ¼ cốc sữa 2%
- 1 cốc sữa chua Hy Lạp nguyên chất 2%
- ½ cốc hạt chia
- 2 thìa mật ong
- 2 thìa đường
- 1 muỗng canh vỏ cam
- 2 muỗng cà phê chiết xuất vani
- ¾ cốc cam cắt múi
- ¾ cốc quýt cắt múi
- ½ chén bưởi cắt múi

HƯỚNG DẪN:

a) Trong một tô lớn, trộn sữa, sữa chua Hy Lạp, hạt chia, mật ong, đường, vỏ cam, vani và muối cho đến khi hòa quyện.

b) Chia đều hỗn hợp vào bốn lọ thủy tinh (16 ounce). Làm lạnh qua đêm, hoặc tối đa 5 ngày.

c) Dùng lạnh, phủ cam, quýt và bưởi.

2.Bát đu đủ Kiwi

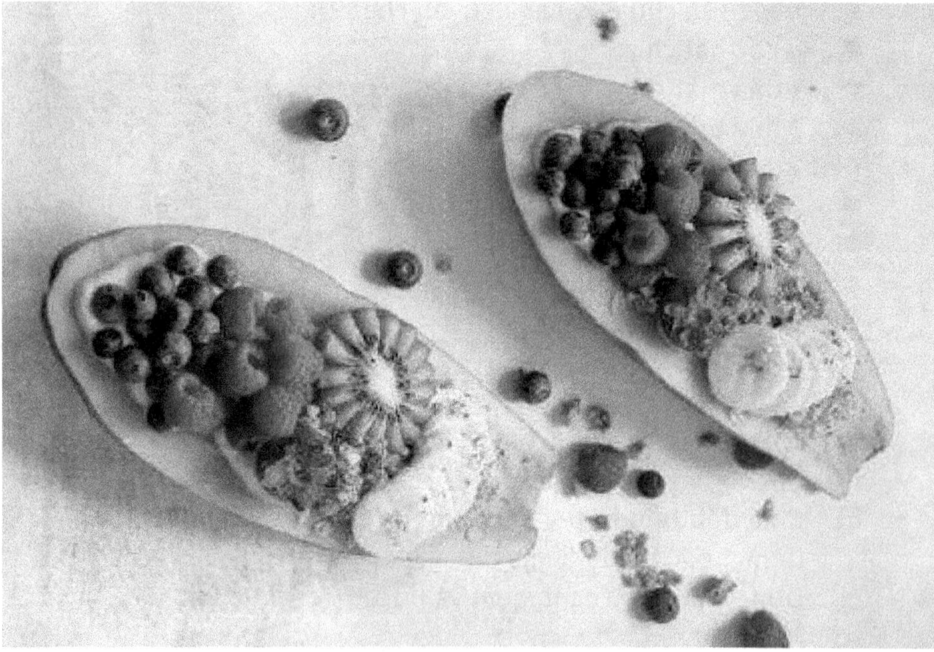

THÀNH PHẦN:

- 4 muỗng canh rau dền, chia
- 2 quả đu đủ chín nhỏ
- 2 cốc sữa chua dừa
- 2 quả kiwi, gọt vỏ và thái hạt lựu
- 1 quả bưởi hồng lớn, gọt vỏ và cắt múi
- 1 quả cam rốn lớn, gọt vỏ và cắt múi
- Hạt giống cây gai dầu
- Hạt mè đen

HƯỚNG DẪN:

a) Đun nóng một chiếc chảo cao và rộng trên lửa vừa cao trong vài phút.

b) Kiểm tra xem chảo có đủ nóng hay không bằng cách thêm một vài hạt rau dền.

c) Chúng sẽ rung lên và bật ra trong vòng vài giây. Nếu không, hãy làm nóng chảo thêm một phút nữa và kiểm tra lại. Khi chảo đủ nóng, thêm 1 thìa rau dền.

d) Các hạt sẽ bắt đầu nổi lên trong vòng vài giây.

e) Đậy nắp nồi và thỉnh thoảng lắc cho đến khi tất cả các hạt nổi lên. Đổ phần rau dền đã luộc vào tô và lặp lại với phần rau dền còn lại, mỗi lần 1 muỗng canh.

f) Cắt đu đủ làm đôi theo chiều dọc, từ thân đến đuôi, sau đó bỏ hạt. Đổ đầy rau dền và sữa chua dừa vào mỗi nửa.

g) Phủ các múi kiwi, bưởi và cam lên trên rồi rắc hạt gai dầu và hạt vừng.

3.Bát đu đủ vitamin C

THÀNH PHẦN:

- 4 thìa canh (40 g) rau dền, chia
- 2 quả đu đủ chín nhỏ (khoảng 1 pound, hoặc 455 g mỗi quả)
- 2 cốc (480 g) sữa chua dừa
- 2 quả kiwi, gọt vỏ và thái hạt lựu
- 1 quả bưởi hồng lớn, gọt vỏ và cắt múi
- 1 quả cam rốn lớn, gọt vỏ và cắt múi
- Hạt giống cây gai dầu
- Hạt mè đen

HƯỚNG DẪN:

a) Đun nóng một chiếc chảo cao và rộng trên lửa vừa cao trong vài phút.

b) Kiểm tra xem chảo có đủ nóng hay không bằng cách thêm một vài hạt rau dền. Chúng sẽ rung lên và bật ra trong vòng vài giây.

c) Nếu không, hãy làm nóng chảo thêm một phút nữa và kiểm tra lại. Khi chảo đủ nóng, thêm 1 thìa canh (10 g) rau dền.

d) Các hạt sẽ bắt đầu nổi lên trong vòng vài giây.

e) Đậy nắp nồi và thỉnh thoảng lắc cho đến khi tất cả các hạt nổi lên.

f) Đổ phần rau dền đã luộc vào tô và lặp lại với phần rau dền còn lại, mỗi lần 1 muỗng canh (10 g).

g) Cắt đu đủ làm đôi theo chiều dọc, từ thân đến đuôi, sau đó bỏ hạt.

h) Đổ đầy rau dền và sữa chua dừa vào mỗi nửa.

i) Phủ các múi kiwi, bưởi và cam lên trên rồi rắc hạt gai dầu và hạt vừng.

4.Parfait Sữa Chua Bưởi

THÀNH PHẦN:

- 1 quả bưởi, cắt múi
- 1 cốc sữa chua Hy Lạp nguyên chất
- 2 thìa mật ong
- ¼ cốc ngũ cốc

HƯỚNG DẪN:

a) Trong một bát nhỏ, trộn sữa chua và mật ong.

b) Trong ly hoặc bát, xếp từng lát bưởi, hỗn hợp sữa chua và granola vào.

c) Lặp lại các lớp cho đến khi sử dụng hết nguyên liệu.

d) Phục vụ ngay lập tức.

5.Bánh mì nướng Ricotta bưởi

THÀNH PHẦN:

- 1 lát bánh mì nguyên hạt
- ¼ cốc phô mai ricotta
- 1 quả bưởi, cắt múi
- 1 thìa mật ong
- 1 muỗng cà phê lá húng tây tươi

HƯỚNG DẪN:

a) Nướng bánh mì đến mức độ giòn mong muốn.
b) Trải phô mai ricotta lên trên bánh mì nướng.
c) Phủ các múi bưởi lên trên, rưới mật ong và rắc lá húng tây.
d) Phục vụ ngay lập tức.

6.Bánh mì nướng bơ bưởi

THÀNH PHẦN:

- 1 lát bánh mì chua
- ½ quả bơ, nghiền
- 1 quả bưởi, cắt múi
- Một nhúm ớt đỏ
- Rưới dầu ô liu

HƯỚNG DẪN:

a) Nướng bánh mì đến mức độ giòn mong muốn.
b) Trải bơ nghiền lên trên bánh mì nướng.
c) Phủ lên trên những múi bưởi, một nhúm ớt đỏ và một chút dầu ô liu.
d) Phục vụ ngay lập tức.

7.Bánh mì tròn bưởi và cá hồi hun khói

THÀNH PHẦN:

- 1 bánh mì tròn, cắt lát và nướng
- 2 muỗng canh kem phô mai
- 1 quả bưởi, cắt múi
- 2 ounce cá hồi hun khói
- 1 muỗng canh nụ bạch hoa
- 1 thìa thì là tươi

HƯỚNG DẪN:

a) Phết phô mai kem lên trên bánh mì nướng.
b) Phủ các múi bưởi và cá hồi hun khói lên trên.
c) Rắc bạch hoa và thì là tươi lên trên.
d) Phục vụ ngay lập tức.

8.Bánh xèo bưởi

THÀNH PHẦN:

- 1 ½ chén bột mì đa dụng
- 2 thìa cà phê bột nở
- ½ muỗng cà phê muối
- 2 thìa đường
- ½ muỗng cà phê chiết xuất vani
- 1 quả trứng
- 1 ¼ cốc sữa
- Vỏ và nước ép của 1 quả bưởi
- Bơ, để nấu ăn
- Các múi bưởi, xi-rô cây phong và bơ bổ sung để phục vụ

HƯỚNG DẪN:

a) Trong một tô trộn lớn, trộn đều bột mì, bột nở, muối và đường.
b) Trong một bát riêng, trộn đều chiết xuất vani, trứng, sữa, vỏ bưởi và nước ép bưởi.
c) Đổ nguyên liệu ướt vào nguyên liệu khô và đánh cho đến khi kết hợp tốt.
d) Đun chảy một ít bơ trong chảo chống dính trên lửa vừa.
e) Dùng muôi múc bột lên chảo và nấu cho đến khi nổi bong bóng trên bề mặt bánh.
f) Lật bánh và nấu thêm 1-2 phút nữa cho đến khi chín.
g) Lặp lại với các pin còn lại.
h) Phục vụ bánh kếp với các múi bưởi, xi-rô cây thích và bơ.

9. Bánh nướng xốp ăn sáng bưởi

THÀNH PHẦN:

- 1 1/2 chén bột mì đa dụng
- 1/2 chén đường cát
- 2 thìa cà phê bột nở
- 1/2 thìa cà phê muối
- 1/2 chén bơ không muối, tan chảy
- 2 quả trứng lớn
- 1/2 cốc sữa
- 1 muỗng cà phê chiết xuất vani
- 1 quả bưởi, gọt vỏ và cắt múi, thái nhỏ
- Vỏ của 1 quả bưởi

HƯỚNG DẪN:

a) Làm nóng lò nướng ở nhiệt độ 375°F (190°C) và lót giấy lót vào khuôn muffin.

b) Trong một tô lớn, trộn đều bột mì, đường, bột nở và muối.

c) Trong một tô khác, trộn đều bơ tan chảy, trứng, sữa và chiết xuất vani.

d) Đổ nguyên liệu ướt vào nguyên liệu khô và khuấy đều cho đến khi vừa kết hợp.

e) Nhẹ nhàng gấp các múi bưởi và vỏ đã cắt nhỏ vào.

f) Chia đều bột vào các cốc muffin đã chuẩn bị.

g) Nướng trong 18-20 phút hoặc cho đến khi cắm tăm vào giữa và thấy tăm sạch.

h) Lấy ra khỏi lò và để nguội trong chảo trong 5 phút trước khi chuyển sang giá lưới để nguội hoàn toàn.

i) Phục vụ ấm hoặc ở nhiệt độ phòng như một lựa chọn bữa sáng ngon miệng mang đi.

10.Bát ăn sáng Brûlée bưởi:

THÀNH PHẦN:

- 1 quả bưởi
- đường nâu
- 1/2 cốc sữa chua Hy Lạp (đồng bằng 2%)
- 1/2 chén muesli hoặc granola
- Mật ong, nếm
- 1 muỗng canh bạc hà cắt nhỏ (tùy chọn)

HƯỚNG DẪN:

a) Bật lò nướng thịt ở mức cao.

b) Gọt vỏ bưởi và cắt thành từng lát 1/2 inch. Loại bỏ lớp vỏ đắng xung quanh mép mỗi lát. Nếu muốn, hãy cắt các lát thành 4 phần để dễ ăn hơn. Xếp các lát lên khay nướng có lót giấy bạc. Chấm lên trên từng lát bằng một mảnh khăn giấy để lau khô.

c) Rải một lớp đường nâu mỏng lên từng lát bưởi.

d) Đun các lát bưởi trong khoảng 8 phút hoặc cho đến khi đường sủi bọt nhưng không bị cháy.

e) Trong khi nướng bưởi, hãy thêm sữa chua Hy Lạp và muesli vào tô.

f) Sau khi bưởi chín thì cho vào bát.

g) Tùy ý, rắc một ít bạc hà tươi cắt nhỏ lên trên bát.

h) Rưới toàn bộ bát với mật ong tùy theo khẩu vị.

i) Hãy thưởng thức Bát bữa sáng Bưởi Brûlée của bạn ngay lập tức.

11. Bưởi, quả hồ trăn với mưa phùn Tahini ngọt ngào

THÀNH PHẦN:

- 1 chén yến mạch cán (không chứa gluten nếu cần)
- 1 ¾ cốc sữa hạnh nhân không đường, chia
- ¼ cốc hạt chia
- 2 muỗng canh hạt cây gai dầu
- ½ muỗng cà phê gừng tươi bào sợi
- Chút muối
- 2 muỗng canh tahini
- 1 muỗng canh mật ong hoặc xi-rô cây phong (hoặc chất làm ngọt tùy chọn để giữ món chay)
- ½ quả bưởi, cắt ngang thành khoanh rồi cắt đôi
- ½ chén quả hồ trăn nướng, đã bóc vỏ

HƯỚNG DẪN:

a) Trong nồi trên lửa vừa, kết hợp yến mạch, 1 ½ cốc sữa hạnh nhân, hạt chia và hạt cây gai dầu. Khuấy gừng tươi bào sợi và một chút muối. Nấu cho đến khi yến mạch mềm, khoảng 5 phút.

b) Trong khi nấu bột yến mạch, trộn tahini và mật ong (hoặc xi-rô cây phong) vào một cái bát nhỏ. Dần dần thêm sữa hạnh nhân còn lại, mỗi lần 1 muỗng canh, cho đến khi bạn đạt được độ đặc như mong muốn. (Có thể cần khoảng 3 thìa sữa hạnh nhân, nhưng hãy điều chỉnh tùy theo độ đặc của tahini của bạn.)

c) Sau khi bột yến mạch được nấu chín, chuyển nó vào bát phục vụ.

d) Lên trên bột yến mạch với những lát bưởi và quả hồ trăn nướng.

e) Rưới nước sốt tahini ngọt lên bát bột yến mạch.

f) Phục vụ bột yến mạch ấm và thưởng thức!

12.Bưởi Nướng Granola & Sữa Chua

THÀNH PHẦN:

- 1 quả bưởi lớn, giảm một nửa
- 1 nhúm đường nâu hoặc đường phong
- Nghiền gừng tươi
- 1/4 cốc ngũ cốc
- 1 hộp lớn sữa chua nguyên chất
- Mưa phùn mật ong

HƯỚNG DẪN:

a) Làm nóng lò ở nhiệt độ 400°F (200°C).
b) Cắt một mảnh mỏng ở dưới cùng của mỗi nửa quả bưởi để chúng đứng thẳng trên khay nướng.
c) Dùng mũi dao tách nhẹ các múi bưởi ra để sau này dễ lấy ra hơn.
d) Rắc lên trên mỗi nửa quả bưởi một chút đường nâu (hoặc đường phong) và một ít gừng tươi.
e) Đặt nửa quả bưởi lên khay nướng và nướng trong vòng 10-15 phút hoặc cho đến khi đường chuyển sang màu caramen và bưởi có màu hơi nâu.
f) Lấy nửa quả bưởi đã rang ra khỏi lò và để nguội một chút.
g) Để phục vụ, hãy đặt một ít sữa chua nguyên chất vào mỗi nửa quả bưởi.
h) Rắc granola lên sữa chua.
i) Rưới mật ong lên trên.
j) Hãy phục vụ ngay và thưởng thức món ăn sáng độc đáo và ngon miệng này!

13.Bát yến mạch, quả hồ trăn và bưởi

THÀNH PHẦN:

- 1/2 chén yến mạch cán
- 1 cốc sữa hạnh nhân (hoặc bất kỳ loại sữa nào bạn chọn)
- 1/4 cốc quả hồ trăn có vỏ
- 1/2 quả bưởi, cắt múi
- Mật ong hoặc xi-rô cây phong (tùy chọn, để tạo vị ngọt)
- Chút muối
- Các lớp phủ thêm theo ý muốn (ví dụ chuối thái lát, dừa vụn, hạt chia)

HƯỚNG DẪN:

a) Trong một cái chảo nhỏ, trộn yến mạch cán và sữa hạnh nhân. Đun sôi nhẹ trên lửa vừa.

b) Giảm nhiệt xuống thấp và đun nhỏ lửa, thỉnh thoảng khuấy trong khoảng 5 phút hoặc cho đến khi yến mạch chín và hỗn hợp đặc lại đến độ đặc mà bạn mong muốn.

c) Trong khi nấu yến mạch, hãy bóc vỏ quả hồ trăn nếu chúng chưa bóc vỏ và cắt múi bưởi.

d) Sau khi yến mạch chín, lấy chảo ra khỏi bếp và cho một chút muối vào khuấy đều.

e) Chuyển yến mạch đã nấu chín vào tô phục vụ.

f) Xếp yến mạch với bưởi và quả hồ trăn đã bóc vỏ lên trên.

g) Nếu muốn, hãy rưới mật ong hoặc xi-rô cây phong lên trên để tạo vị ngọt.

h) Thêm bất kỳ lớp phủ bổ sung nào bạn thích, chẳng hạn như chuối thái lát, dừa vụn hoặc hạt chia.

i) Dọn bát ăn sáng ngay lập tức và thưởng thức!

14.Pudding Chia Đu Đủ và Bưởi Hồng

THÀNH PHẦN:

Đối với bánh pudding chia:

- 1 muỗng canh hạt chia
- 100ml nước cốt dừa

Đối với món yến mạch giòn:

- 30g Yến mạch Jumbo Scotland Mornflake
- 60g các loại hạt hỗn hợp (Brazil, hạnh nhân, quả óc chó và hạt điều)
- 10g hạt bí ngô
- 2 muỗng canh xi-rô cây phong

Thêm vào:

- 1 quả đu đủ, cắt thành miếng vừa ăn
- ½ quả bưởi hồng, thái lát

HƯỚNG DẪN:

a) Để làm bánh pudding chia, hãy cho hạt chia vào lọ và đổ nước cốt dừa vào. Khuấy đều, đậy kín lọ và để trong tủ lạnh qua đêm cho đông lại.

b) Để làm yến mạch giòn, cho yến mạch và các loại hạt cắt nhỏ vào chảo rồi nướng trên lửa vừa trong khoảng 5 phút, khuấy thường xuyên để tránh bị cháy. Sau khi nướng xong, đổ xi-rô phong lên trên và tiếp tục nấu thêm 3 phút nữa cho đến khi yến mạch và các loại hạt được phủ trong xi-rô. Di dời khỏi nóng và làm lạnh.

c) Vào buổi sáng, cắt đu đủ thành từng miếng vừa ăn và cho vào đáy lọ hoặc đĩa ăn.

d) Xếp bánh pudding chia lên trên đu đủ, tiếp theo là những múi bưởi hồng.

e) Rắc bột yến mạch lên trên lớp bánh pudding hạt chia và trái cây.

f) Hãy phục vụ ngay và thưởng thức bữa sáng sảng khoái và bổ dưỡng này nhé!

MÓN KHAI THÁC VÀ MÓN ĂN VẶT

15.Bruschetta bưởi

THÀNH PHẦN:

- Bánh mì baguette lát, nướng
- Pho mát dê
- Mảng bưởi
- Em yêu
- Lá húng tây tươi để trang trí

HƯỚNG DẪN:

a) Phết phô mai dê lên các lát bánh mì nướng.
b) Đặt từng múi bưởi lên trên mỗi lát.
c) Rưới mật ong lên trên.
d) Trang trí với lá húng tây tươi.
e) Phục vụ ngay lập tức như một lựa chọn bữa sáng bruschetta thanh lịch và đầy hương vị.

16.Ceviche sò điệp nướng

THÀNH PHẦN:

- ¾ pound Tôm vừa, bóc vỏ và bỏ chỉ
- ¾ pound sò biển
- ¾ pound phi lê cá hồi
- 1 cốc cà chua thái hạt lựu (½ inch Xúc xắc)
- 1 cốc xoài thái hạt lựu (½ inch xúc xắc)
- 2 quả bưởi, gọt vỏ và cắt múi
- 3 quả cam, gọt vỏ và cắt thành từng múi
- 4 quả chanh, gọt vỏ và cắt múi
- ½ chén hành đỏ thái hạt lựu (½ inch Xúc xắc)
- 2 quả Jalapenos, băm nhỏ
- 4 cốc nước cốt chanh tươi
- 1 chén rau mùi xắt nhỏ
- 2 thìa đường
- Muối và tiêu xay

HƯỚNG DẪN:

a) Trong một tô lớn không phản ứng, trộn sò điệp, cá hồi, tôm, cà chua, xoài, hành tây, ớt jalapeno và nước cốt chanh.

b) Ướp và để trong tủ lạnh trong 3 giờ.

c) Lấy cá và động vật có vỏ ra khỏi nước xốt và nướng vừa đủ lâu để đạt được vạch nướng trong 30-60 giây.

d) Cắt tất cả cá thành xúc xắc ½ inch.

e) Ngay trước khi dùng, hãy chắt càng nhiều nước cốt chanh càng tốt từ trái cây và thêm ngò, đường, động vật có vỏ và cá hồi. Trộn nhẹ nhàng, cẩn thận để không làm vỡ trái cây và cá.

17.Ceviche cá bơn với bưởi và ớt

THÀNH PHẦN:

- 1 pound phi lê cá bơn
- ½ cốc nước cốt chanh mới vắt
- 6 thìa nước ép bưởi tươi
- 1 quả bưởi
- ½ thìa cà phê tỏi băm thật nhuyễn
- 2 muỗng canh ớt đỏ băm thật nhuyễn
- 1 muỗng canh ớt xanh băm thật nhuyễn
- 2 muỗng canh (đóng gói) Chiffonade bạc hà tươi
- Nước sốt cay
- Dầu ôliu siêu nguyên chất

HƯỚNG DẪN:

a) Dùng một con dao thật sắc, cắt cá bơn thành những lát mỏng rộng. Cho vào tô, trộn đều với nước cốt chanh và nước bưởi. Hãy ngồi ở nhiệt độ phòng trong 15 phút.

b) Trong khi đó, cắt đôi quả bưởi, theo đường xích đạo, dùng dao cắt bưởi thành từng miếng. Cắt miếng làm đôi, theo chiều dài.

c) Khi sẵn sàng phục vụ ceviche, hãy xả hết chất lỏng ra khỏi cá bơn và loại bỏ chất lỏng.

d) Thêm miếng bưởi vào cá cùng với tỏi, ớt đỏ, ớt xanh và bạc hà.

e) Quăng nhẹ nhàng. Chia cho 6 đĩa, xếp các dải cá bơn thẳng hàng trên đĩa. Nêm muối thô, rưới nước sốt nóng và rưới dầu ô liu nguyên chất. Phục vụ ngay lập tức.

18. Crostini bưởi và cá hồi hun khói

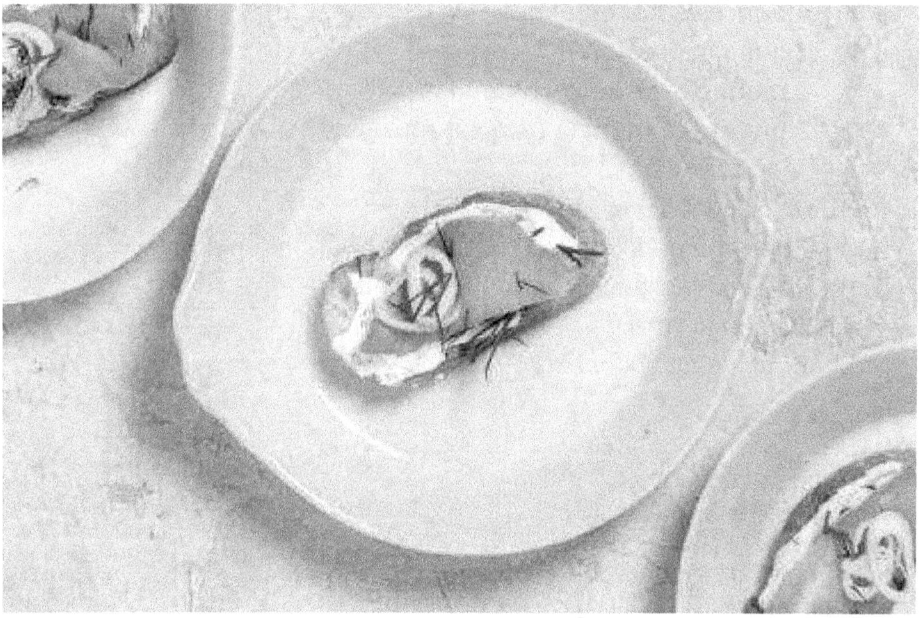

THÀNH PHẦN:

- 1 bánh mì baguette, cắt lát và nướng
- 4 ounce cá hồi hun khói
- 1 quả bưởi, cắt múi
- 2 muỗng canh kem phô mai
- 1 muỗng canh thì là tươi xắt nhỏ

HƯỚNG DẪN:

a) Phết phô mai kem lên trên mỗi lát bánh mì nướng.
b) Top với các lát cá hồi hun khói và bưởi.
c) Rắc thì là tươi.
d) Phục vụ ngay lập tức.

19.Bruschetta bưởi và phô mai dê

THÀNH PHẦN:

- 1 bánh mì baguette, cắt lát và nướng
- 4 ounce phô mai dê
- 1 quả bưởi, cắt múi
- ¼ chén húng quế tươi cắt nhỏ
- 1 thìa mật ong

HƯỚNG DẪN:

a) Phết phô mai dê lên trên mỗi lát bánh mì nướng.
b) Top với các múi bưởi.
c) Rắc húng quế tươi và rưới mật ong.
d) Phục vụ ngay lập tức.

20.Salsa bưởi và khoai tây chiên

THÀNH PHẦN:

- 2 quả bưởi, cắt múi
- ½ củ hành đỏ, thái nhỏ
- 1 jalapeno, bỏ hạt và thái nhỏ
- ¼ chén ngò tươi xắt nhỏ
- 2 thìa nước cốt chanh
- Muối và hạt tiêu cho vừa ăn
- Bánh Tortilla dùng để phục vụ

HƯỚNG DẪN:

a) Trong một tô trộn vừa, trộn các múi bưởi, hành tím, ớt jalapeno, ngò, nước cốt chanh, muối và tiêu.
b) Quăng mọi thứ lại với nhau cho đến khi kết hợp tốt.
c) Ăn kèm với bánh tortilla.

21.Nước chấm bưởi và sữa chua

THÀNH PHẦN:

- 1 quả bưởi, cắt múi
- 1 cốc sữa chua Hy Lạp nguyên chất
- 1 thìa mật ong
- ¼ muỗng cà phê quế xay

HƯỚNG DẪN:

a) Trong một tô trộn vừa, đánh đều sữa chua Hy Lạp, mật ong và quế.
b) Nhẹ nhàng gấp từng múi bưởi lại.
c) Ăn kèm với táo, lê hoặc bánh quy giòn cắt lát.

22.Xiên bưởi và tôm

THÀNH PHẦN:

- 1 quả bưởi, cắt múi
- 12 con tôm luộc cỡ vừa
- 2 muỗng canh dầu ô liu
- 1 muỗng canh mùi tây tươi xắt nhỏ
- Muối và hạt tiêu cho vừa ăn
- Xiên bằng gỗ

HƯỚNG DẪN:

a) Làm nóng lò nướng ở mức lửa vừa.

b) Xiên các múi bưởi và tôm đã luộc chín vào xiên gỗ, xen kẽ giữa bưởi và tôm.

c) Trong một bát trộn nhỏ, trộn dầu ô liu, mùi tây, muối và hạt tiêu để làm nước xốt.

d) Quét nước xốt lên xiên bưởi và tôm.

e) Nướng xiên trong 2-3 phút mỗi mặt hoặc cho đến khi tôm hơi cháy.

f) Phục vụ ngay lập tức.

23.Bưởi - Ô liu ướp

THÀNH PHẦN:

- 1 chén ô liu xanh hoặc đen
- Vỏ của 1 quả bưởi
- Nước ép của 1 quả bưởi
- 2 muỗng canh dầu ô liu
- 2 tép tỏi, băm nhỏ
- 1 muỗng cà phê hương thảo tươi, xắt nhỏ
- 1 muỗng cà phê lá húng tây tươi
- Muối và hạt tiêu cho vừa ăn

HƯỚNG DẪN:

a) Trong một cái bát, trộn ô liu, vỏ bưởi, nước ép bưởi, dầu ô liu, tỏi băm, lá hương thảo cắt nhỏ và lá húng tây.

b) Nêm hỗn hợp với muối và hạt tiêu cho vừa ăn.

c) Trộn ô liu cho đến khi chúng được phủ đều nước xốt.

d) Đậy bát và để ô liu ướp trong tủ lạnh ít nhất 30 phút.

e) Phục vụ ô liu ướp cam quýt như một món ăn nhẹ hoặc món khai vị đầy hương vị.

f) Thưởng thức hương vị cam quýt với ô liu thơm ngon.

24.Xà lách bưởi và tôm

THÀNH PHẦN:

- 1 quả bưởi, cắt múi và thái hạt lựu
- 8 con tôm lớn nấu chín, bóc vỏ và bỏ chỉ, cắt nhỏ
- 1/4 chén ớt chuông đỏ, thái hạt lựu
- 1/4 cốc dưa chuột, thái hạt lựu
- 2 muỗng canh rau mùi tươi, xắt nhỏ
- Nước ép 1 quả chanh
- Muối và hạt tiêu cho vừa ăn
- Lá xà lách bơ để phục vụ

HƯỚNG DẪN:

a) Trong tô trộn, trộn bưởi thái hạt lựu, tôm cắt nhỏ, ớt chuông đỏ thái hạt lựu, dưa chuột thái hạt lựu, ngò cắt nhỏ và nước cốt chanh.

b) Nêm hỗn hợp với muối và hạt tiêu cho vừa ăn.

c) Nhẹ nhàng trộn các thành phần cho đến khi kết hợp tốt.

d) Múc hỗn hợp bưởi và tôm lên lá xà lách bơ.

e) Cuộn lá xà lách lại để tạo thành cuộn rau diếp.

f) Dùng gói bưởi và rau diếp tôm như một món khai vị nhẹ nhàng và sảng khoái.

25.Bưởi và Ricotta Crostini

THÀNH PHẦN:

- 1 bánh mì baguette, cắt thành từng miếng tròn
- 2 muỗng canh dầu ô liu
- 1/2 chén phô mai ricotta
- 1 quả bưởi, cắt múi và thái hạt lựu
- 1 thìa mật ong
- Lá húng tây tươi để trang trí
- Muối và hạt tiêu cho vừa ăn

HƯỚNG DẪN:

a) Làm nóng lò ở nhiệt độ 375°F (190°C).
b) Xếp các lát bánh mì baguette lên khay nướng và phết dầu ô liu lên từng lát.
c) Nướng các lát bánh mì baguette trong lò đã làm nóng trước khoảng 5-7 phút hoặc cho đến khi vàng nhẹ và giòn.
d) Phết phô mai ricotta lên từng lát bánh mì nướng.
e) Trong một cái bát, trộn bưởi thái hạt lựu và mật ong. Nêm muối và hạt tiêu cho vừa ăn.
f) Múc hỗn hợp bưởi lên các lát bánh mì baguette phủ ricotta.
g) Trang trí với lá húng tây tươi.
h) Phục vụ bưởi và ricotta crostini như một món khai vị thơm ngon và thanh lịch.

26.Guacamole bưởi với khoai tây chiên Tortilla

THÀNH PHẦN:

- 2 quả bơ chín
- 1 quả bưởi, cắt múi và thái hạt lựu
- 1/4 chén hành đỏ, thái nhỏ
- 2 muỗng canh rau mùi tươi, xắt nhỏ
- Nước ép 1 quả chanh
- Muối và hạt tiêu cho vừa ăn
- Bánh Tortilla để phục vụ

HƯỚNG DẪN:

a) Trong tô trộn, dùng nĩa nghiền bơ chín cho đến khi mịn.
b) Thêm bưởi thái hạt lựu, hành đỏ xắt nhỏ, ngò xắt nhỏ và nước cốt chanh vào bơ nghiền.
c) Nêm guacamole với muối và hạt tiêu cho vừa ăn.
d) Nhẹ nhàng khuấy cho đến khi tất cả các thành phần được kết hợp tốt.
e) Phục vụ món guacamole bưởi với bánh tortilla để chấm.
f) Hãy thưởng thức món biến tấu độc đáo này trên món guacamole cổ điển như một món ăn nhẹ hoặc món khai vị đầy hương vị.

27.Bưởi năng lượng quả mơ

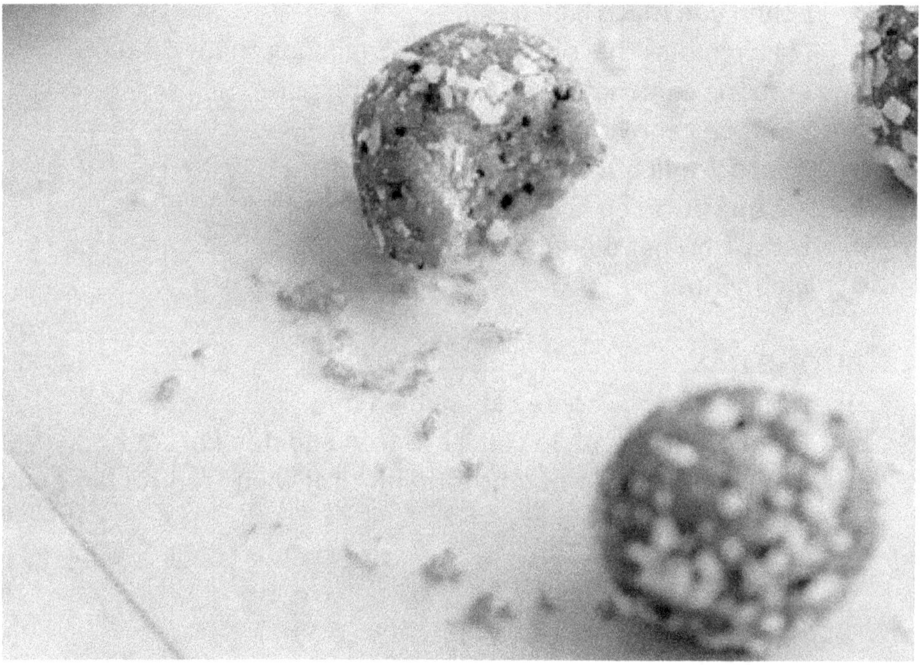

THÀNH PHẦN:

- 8 ounce quả mơ khô
- 1 chén yến mạch kiểu cũ
- 1/4 chén dừa thái nhỏ không đường (cộng thêm để cuộn)
- 1 muỗng canh hạt chia hoặc hạt húng quế
- 1 muỗng canh hạt lanh
- Vỏ của 1 quả bưởi
- 1/2 quả bưởi, ép lấy nước
- 1/4 cốc bơ hạt điều thô
- Nhúm muối

HƯỚNG DẪN:

a) Trộn mơ trước cho đến khi nghiền mịn.

b) Thêm các thành phần còn lại và trộn cho đến khi kết hợp.

c) Cán khoảng 1 thìa hỗn hợp thành từng viên tròn rồi lăn qua dừa nạo, ấn nhẹ để dễ dính.

28.Bánh quy bơ & bưởi

THÀNH PHẦN:

- bánh quy giòn
- 1 quả bơ, gọt vỏ và thái lát mỏng
- 1 quả bưởi, gọt vỏ và cắt múi
- 1 thìa mật ong
- Muối và hạt tiêu cho vừa ăn

HƯỚNG DẪN:

a) Xếp bánh quy giòn lên đĩa hoặc đĩa phục vụ.
b) Phủ lên mỗi chiếc bánh quy giòn một lát bơ.
c) Đặt một múi bưởi lên trên mỗi lát bơ.
d) Rưới mật ong lên miếng bơ và bưởi.
e) Nêm một chút muối và hạt tiêu cho vừa ăn.
f) Dùng ngay như một món khai vị hoặc món ăn nhẹ sảng khoái và ngon miệng.

MÓN CHÍNH

29.Thịt lợn rừng om nước sốt cam quýt

THÀNH PHẦN:

- 4,4 pound yên lợn rừng (sẵn sàng nấu)
- 3 lá nguyệt quế
- 1 thìa cà phê ớt xay
- ½ chén nước luộc gà (hoặc nước dùng gà)
- 2 lít nước táo chưa lọc
- 7 ounce hẹ tây
- 2 tép tỏi
- muối
- 2 muỗng canh bơ đã được làm rõ
- 2 quả cam
- 2 quả bưởi nhỏ
- 4 cây xô thơm tươi (lá)

HƯỚNG DẪN:

a) Thịt lợn rừng rửa sạch, lau khô rồi cho vào túi đông lạnh lớn (6 lít).

b) Thêm lá nguyệt quế, hạt tiêu, hạt tiêu, nước kho và nước táo. Buộc chặt túi và xoay túi để thịt ngấm đều. Ướp từ 8-12 tiếng (tốt nhất là qua đêm) trong tủ lạnh.

c) Gọt vỏ hẹ và tỏi. Cắt tỏi và cắt hẹ thành từng phần tư.

d) Mở túi cấp đông, đổ nước xốt vào tô lớn, lấy thịt ra và lau khô bằng khăn giấy. Dùng dao sắc rạch lớp mỡ theo hình kim cương rồi xát muối và tiêu lên tất cả các mặt.

e) Đun nóng bơ trong chảo rang và nấu thịt trên lửa cao ở tất cả các mặt. Thêm hẹ và tỏi và nấu cho đến khi mềm.

f) Đổ nước xốt vào chảo, đậy nắp và nấu trong lò đã làm nóng trước ở 180°C (quạt 160°C, gas: đánh dấu 2-3) (khoảng 350°F) trong khoảng 2 tiếng rưỡi, đảo đều.

g) Mở nắp và tăng nhiệt độ lên 200°C (lò nướng có quạt 180°C, gas: mốc 3) (khoảng 400°F). Lật mặt thịt lên và nấu cho đến khi tạo thành lớp vỏ đẹp mắt, nướng thêm khoảng 30 phút trong lò.

h) Trong khi đó, dùng dao sắc cắt bỏ vỏ cam, bưởi để loại bỏ hết phần cùi trắng đắng. Cắt trái cây ra giữa các màng, làm việc trên một cái bát để thu lấy nước ép.

i) Lấy thịt ra khỏi chảo và đậy nắp để giữ ấm. Bỏ lá nguyệt quế và đổ nước nấu vào nồi. Đun sôi và đun thêm khoảng 10 phút nữa.

j) Lá xô thơm rửa sạch, để ráo nước, cắt bỏ lá rồi thái nhỏ.
k) Thêm các múi cam quýt và nước ép cam quýt cùng với cây xô thơm vào nước sốt và nấu trong khoảng 5 phút. Nêm với muối và hạt tiêu.
l) Cắt thịt thành lát và dùng kèm với nước sốt cây xô thơm cam quýt.

30.Cá hồi áp chảo sốt Hollandaise bưởi

THÀNH PHẦN:

- 4 x 200g phi lê cá hồi, còn da và bỏ xương
- 1 muỗng canh dầu ô liu nhẹ
- 450g măng tây, cắt nhỏ
- 100ml nước
- 25g bơ
- 1 muỗng cà phê hạt tiêu hồng
- Bưởi hồng, ăn kèm (tùy chọn)
- Đối với hollandaise bưởi hồng
- 50ml rượu trắng khô
- 80ml giấm rượu trắng
- 1 củ hẹ nhỏ, gọt vỏ và thái nhỏ
- 2 nhánh tarragon, xắt nhỏ
- 200g bơ
- 2 lòng đỏ trứng
- 1 muỗng canh nước ép bưởi hồng
- 1 thìa cà phê vỏ bưởi hồng
- 1 muỗng canh hẹ thái nhỏ
- Muối biển và hạt tiêu đen xay mịn

HƯỚNG DẪN:

a) Bắt đầu bằng cách làm nước sốt hollandaise: cho rượu, giấm, hẹ tây và ngải giấm vào một cái chảo nhỏ và đun nóng cho đến khi còn khoảng 2 thìa chất lỏng. Lọc, loại bỏ chất rắn và đặt sang một bên cho đến khi cần.

b) Đun chảy 200g bơ trên lửa vừa và cẩn thận đổ chất lỏng vàng vào bình, loại bỏ chất rắn màu trắng đục ở đáy chảo.

c) Đặt một chiếc bát chịu nhiệt lên trên chảo nước đang sôi. Thêm lòng đỏ trứng, nước bưởi và vỏ cộng với một nửa lượng giấm đã giảm. Đánh cho đến khi sủi bọt và đặc lại, sau đó từ từ cho bơ tan chảy vào, đánh liên tục. Khuấy đều hẹ, sau đó nêm muối và hạt tiêu và thêm một chút nước ấm nếu nó quá đặc. Thêm lượng giấm còn lại nếu bạn thích vị đậm đà hơn một chút. Đặt sang một bên.

d) Cắt phần da trên phi lê cá hồi, sau đó phết dầu ô liu và nêm muối và hạt tiêu lên cả hai mặt. Đặt một chiếc chảo chống dính lớn trên lửa vừa cao và khi nóng, cho cá hồi vào, cho mặt da úp xuống. Giảm nhiệt xuống mức trung bình thấp và nấu trong khoảng 5 phút, cho đến khi da khá giòn. Lật lại và nấu mặt còn lại trong 2–3 phút, cho đến khi chạm vào hơi đàn hồi. Lấy ra và để cá nghỉ ngơi trong vài phút.

e) Trong khi đó, cho măng tây vào chảo xào lớn cùng với nước, bơ và một ít muối và tiêu. Đặt trên lửa cao và nấu trong 5 phút hoặc cho đến khi mềm.

f) Đặt phi lê cá hồi lên mỗi đĩa phục vụ và đặt một ít măng tây bên cạnh. Rưới sốt Hollandaise lên cá hồi và rắc một ít hạt tiêu hồng. Nếu muốn, hãy dùng kèm với một lát bưởi hồng bên cạnh.

31. Cá hồi tráng men bưởi và gừng

THÀNH PHẦN:

- 4 phi lê cá hồi
- 1 quả bưởi, ép lấy nước
- 1 muỗng canh gừng xay
- 2 thìa mật ong
- 2 tép tỏi, băm nhỏ
- Muối và hạt tiêu cho vừa ăn

HƯỚNG DẪN:

a) Làm nóng lò ở nhiệt độ 375°F (190°C).
b) Trong một bát trộn nhỏ, trộn nước ép bưởi, gừng nghiền, mật ong, tỏi băm, muối và hạt tiêu.
c) Đặt phi lê cá hồi vào đĩa nướng.
d) Đổ men bưởi lên phi lê cá hồi.
e) Nướng trong 12-15 phút hoặc cho đến khi cá hồi chín.
f) Phục vụ ngay lập tức.

32.Bưởi và bơ với gà nướng

THÀNH PHẦN:

- 4 ức gà
- 1 quả bưởi, cắt múi
- 1 quả bơ, thái lát
- 4 cốc rau xanh trộn
- ¼ chén hành đỏ xắt nhỏ
- 2 muỗng canh dầu ô liu
- 2 muỗng canh giấm rượu trắng
- Muối và hạt tiêu cho vừa ăn

HƯỚNG DẪN:

a) Làm nóng lò nướng ở mức lửa vừa.
b) Ướp ức gà với muối và hạt tiêu.
c) Nướng ức gà trong 6-8 phút mỗi bên hoặc cho đến khi chín đều.
d) Trong một tô trộn lớn, kết hợp các loại rau xanh đã trộn, múi bưởi, lát bơ và hành đỏ cắt nhỏ.
e) Trong một bát riêng, trộn dầu ô liu, giấm rượu trắng, muối và hạt tiêu để làm nước sốt.
f) Thêm nước sốt vào món salad và trộn đều.
g) Chia salad ra đĩa và đặt ức gà nướng lên trên mỗi đĩa.
h) Phục vụ ngay lập tức.

33.Thăn lợn tẩm bưởi và gừng

THÀNH PHẦN:

- 1 thăn lợn
- 1 quả bưởi, ép lấy nước
- 1 muỗng canh gừng xay
- 2 thìa mật ong
- 2 tép tỏi, băm nhỏ
- Muối và hạt tiêu cho vừa ăn

HƯỚNG DẪN:

a) Làm nóng lò ở nhiệt độ 375°F (190°C).
b) Trong một bát trộn nhỏ, trộn nước ép bưởi, gừng nghiền, mật ong, tỏi băm, muối và hạt tiêu.
c) Đặt thăn lợn vào khay nướng.
d) Đổ men bưởi lên thăn lợn.
e) Nướng trong 20-25 phút hoặc cho đến khi thịt thăn lợn chín đều.
f) Để thịt thăn lợn nghỉ 5 phút trước khi cắt.
g) Phục vụ ngay lập tức.

34.Thịt bê sò điệp với bưởi đỏ Ruby

THÀNH PHẦN:

- Thịt bê lát scaloppine
- Muối và tiêu
- Bột mì đa dụng, dùng để nạo vét
- Dầu ô liu
- Bơ
- Những múi bưởi đỏ ruby
- rượu trắng
- Rau mùi tây tươi, cắt nhỏ (để trang trí)

HƯỚNG DẪN:

a) Nêm các lát thịt bê với muối và hạt tiêu, sau đó nhúng chúng vào bột mì, rũ bỏ phần thừa.
b) Đun nóng dầu ô liu và bơ trong chảo trên lửa vừa cao.
c) Thêm các lát thịt bê vào chảo và nấu cho đến khi vàng nâu cả hai mặt, khoảng 2-3 phút mỗi mặt.
d) Lấy thịt bê ra khỏi chảo và đặt sang một bên.
e) Trong cùng một chiếc chảo, thêm các múi bưởi màu đỏ ruby và nấu trong 1-2 phút để làm ấm chúng.
f) Khử men chảo bằng rượu vang trắng, cạo sạch những vết ố vàng ở đáy chảo.
g) Cho các lát thịt bê vào chảo và đun nhỏ lửa trong nước sốt bưởi và rượu vang thêm một phút nữa.
h) Trang trí với rau mùi tây tươi cắt nhỏ trước khi dùng.

35.Thịt nguội sốt bưởi

THÀNH PHẦN:

- 1 giăm bông tươi (khoảng 5-6 pounds)

Gia vị chà:

- 2 muỗng canh đường nâu
- 1 muỗng canh ớt bột
- 1 muỗng cà phê quế xay
- 1 thìa cà phê gừng xay
- 1 thìa cà phê đinh hương xay
- Muối và hạt tiêu cho vừa ăn

MEN BƯỞI:

- 1 cốc nước ép bưởi tươi
- 1/4 chén đường nâu
- 2 muỗng canh mù tạt Dijon
- 2 muỗng canh nước tương
- 2 tép tỏi, băm nhỏ
- Muối và hạt tiêu cho vừa ăn

HƯỚNG DẪN:

a) Làm nóng lò ở nhiệt độ 325°F (160°C).

b) Trong một bát nhỏ, trộn đều các nguyên liệu làm gia vị.

c) Xoa hỗn hợp gia vị lên khắp miếng giăm bông tươi.

d) Đặt giăm bông lên khay nướng và nướng trong lò đã làm nóng trước khoảng 2-3 giờ hoặc cho đến khi nhiệt độ bên trong đạt 145°F (63°C).

e) Trong khi nướng thịt giăm bông, chuẩn bị men bưởi. Trong một cái chảo, trộn nước ép bưởi, đường nâu, mù tạt Dijon, nước tương, tỏi băm, muối và hạt tiêu. Đun sôi trên lửa vừa và nấu cho đến khi hỗn hợp giảm và hơi đặc lại.

f) Quét men bưởi lên miếng giăm bông trong 30 phút cuối cùng của quá trình rang, thỉnh thoảng phết lớp men bưởi lên.

g) Sau khi giăm bông đã chín và tráng men, hãy lấy nó ra khỏi lò và để yên trong khoảng 10-15 phút trước khi cắt lát.

h) Phục vụ giăm bông tươi tẩm gia vị với men bưởi, trang trí thêm những lát bưởi nếu muốn.

36.Cá Hồi Ngâm Rượu Bưởi

THÀNH PHẦN:

- 4 phi lê cá hồi
- Muối và hạt tiêu cho vừa ăn
- 2 chén rượu trắng khô
- 1 cốc nước ép bưởi tươi
- Vỏ của 1 quả bưởi
- 2 tép tỏi, băm nhỏ
- 2 củ hẹ, thái lát mỏng
- Các loại thảo mộc tươi (như thì là, húng tây hoặc rau mùi tây) để trang trí

HƯỚNG DẪN:

a) Nêm phi lê cá hồi với muối và hạt tiêu.
b) Trong một cái chảo lớn hoặc chảo nông, kết hợp rượu vang trắng, nước ép bưởi, vỏ bưởi, tỏi băm và hẹ thái lát.
c) Đun sôi chất lỏng trên lửa vừa.
d) Cẩn thận thêm phi lê cá hồi đã tẩm gia vị vào chảo, đảm bảo chúng ngập trong chất lỏng săn trộm.
e) Luộc cá hồi trong 8-10 phút hoặc cho đến khi cá chín và dễ dàng bong ra bằng nĩa.
f) Dùng thìa có rãnh, cẩn thận chuyển phi lê cá hồi đã luộc vào đĩa phục vụ.
g) Trang trí với các loại thảo mộc tươi và thêm vỏ bưởi nếu muốn.
h) Ăn cá hồi nóng, kèm theo các món ăn kèm yêu thích của bạn.

37.Salad bưởi và cá hồi hun khói "Cobb"

THÀNH PHẦN:

- 8 chén salad trộn rau xanh
- 1 quả bưởi, gọt vỏ và cắt múi
- 8 ounce cá hồi hun khói, vảy
- 2 quả trứng luộc chín, thái lát
- 1 quả bơ, thái hạt lựu
- 1/2 chén phô mai xanh vụn
- 1/4 chén quả hồ đào hoặc quả óc chó cắt nhỏ
- dấm balsamic

HƯỚNG DẪN:

a) Sắp xếp các loại rau trộn salad trên một đĩa phục vụ lớn.

b) Phủ các múi bưởi, cá hồi hun khói, trứng luộc cắt lát, bơ thái hạt lựu, phô mai xanh vụn và các loại hạt cắt nhỏ.

c) Rắc dầu giấm balsamic và dùng ngay, tùy ý trang trí bằng các loại hạt hoặc phô mai xanh.

38.Gỏi Vịt Với Củ Cải Và Bưởi

THÀNH PHẦN:

- 2 ức vịt
- Muối và hạt tiêu cho vừa ăn
- 2 chén salad trộn rau xanh
- 1 quả bưởi, gọt vỏ và cắt múi
- 1 cốc củ cải caramen, thái lát
- 1/4 chén quả óc chó nướng hoặc quả hồ đào, cắt nhỏ
- dấm balsamic

HƯỚNG DẪN:

a) Ướp ức vịt với muối và tiêu.
b) Đun nóng chảo trên lửa vừa cao và đặt mặt ức vịt xuống. Nấu trong 6-8 phút cho đến khi da có màu vàng nâu và giòn.
c) Lật ức vịt và nấu thêm 4-5 phút nữa ở mức tái vừa hoặc lâu hơn tùy theo sở thích của bạn.
d) Để ức vịt nghỉ vài phút trước khi thái mỏng.
e) Trong một tô lớn, trộn các loại rau trộn salad với múi bưởi, củ cải đường caramen và quả óc chó hoặc quả hồ đào nướng.
f) Xếp ức vịt thái lát lên trên món salad.
g) Rưới dầu giấm balsamic và dùng ngay, có thể trang trí thêm bằng các loại hạt nướng.

39.Sò điệp với thì là, dưa chuột và bưởi

THÀNH PHẦN:

- Sò điệp tươi
- Muối và tiêu
- Dầu ô liu
- Củ thì là, cạo mỏng
- Dưa chuột, thái lát mỏng
- Mảng bưởi
- Lá bạc hà tươi
- Nước chanh
- Dầu ô liu nguyên chất

HƯỚNG DẪN:

a) Lau khô sò điệp bằng khăn giấy và nêm muối và hạt tiêu.
b) Đun nóng dầu ô liu trong chảo trên lửa cao.
c) Khi dầu nóng, cho sò điệp vào chảo và chiên trong 1-2 phút cho mỗi mặt, cho đến khi có màu vàng nâu và chín đều.
d) Trong một tô lớn, trộn thì là đã cạo, lát dưa chuột, múi bưởi và lá bạc hà tươi.
e) Rắc nước cốt chanh và dầu ô liu nguyên chất, nêm muối và hạt tiêu cho vừa ăn.
f) Trộn salad nhẹ nhàng để kết hợp.
g) Xếp sò điệp nướng lên trên món salad.
h) Dùng ngay, trang trí thêm lá bạc hà tươi nếu muốn.

40.Tacos cá bơn với Salsa bưởi-bơ

THÀNH PHẦN:

- 4 phi lê cá bơn
- Muối và hạt tiêu cho vừa ăn
- 1 muỗng canh dầu ô liu
- 8 bánh ngô nhỏ, hâm nóng
- 1 quả bơ, thái hạt lựu
- 1 quả bưởi, gọt vỏ, cắt múi và cắt nhỏ
- 1/4 chén hành đỏ xắt nhỏ
- 2 muỗng canh rau mùi tươi xắt nhỏ
- 1 jalapeno, bỏ hạt và thái hạt lựu
- Nước ép 1 quả chanh

HƯỚNG DẪN:

a) Nêm phi lê cá bơn với muối và hạt tiêu.

b) Đun nóng dầu ô liu trong chảo trên lửa vừa cao. Thêm phi lê cá bơn vào và nấu trong 3-4 phút mỗi mặt hoặc cho đến khi chín và có màu vàng nâu.

c) Lấy cá bơn ra khỏi chảo và để yên trong vài phút trước khi gọt thành từng miếng vừa ăn.

d) Trong một cái bát, trộn bơ thái hạt lựu, bưởi cắt nhỏ, hành tím, ngò, ớt jalapeno và nước cốt chanh để làm salsa. Nêm muối và hạt tiêu cho vừa ăn.

e) Để làm bánh taco, hãy chia cá bơn đã bào thành từng miếng bánh ngô đã được hâm nóng. Top với salsa bưởi-bơ.

f) Dùng ngay, có thể trang trí thêm bằng ngò hoặc vắt nước cốt chanh.

41.Bưởi và tôm

THÀNH PHẦN:

- 1 pound tôm nấu chín
- 1 quả bưởi, cắt múi
- 1 quả bơ, thái hạt lựu
- ¼ chén hành đỏ xắt nhỏ
- 2 muỗng canh rau mùi tươi xắt nhỏ
- 2 muỗng canh dầu ô liu
- 2 thìa nước cốt chanh
- Muối và hạt tiêu cho vừa ăn

HƯỚNG DẪN:

a) Trong một tô trộn lớn, trộn tôm đã nấu chín, múi bưởi, quả bơ thái hạt lựu, hành tím xắt nhỏ và ngò tươi xắt nhỏ.

b) Trong một bát riêng, trộn dầu ô liu, nước cốt chanh, muối và hạt tiêu để làm nước sốt.

c) Thêm nước sốt vào món salad và trộn đều.

d) Phục vụ ngay lập tức.

BÊN VÀ SALAD

42. Salad cam quýt và Radicchio với chà là

THÀNH PHẦN:

- 2 quả bưởi đỏ
- 3 quả cam
- 1 thìa cà phê đường
- ½ muỗng cà phê muối ăn
- 3 muỗng canh dầu ô liu nguyên chất
- 1 củ hẹ nhỏ, băm nhỏ
- 1 thìa cà phê mù tạt Dijon
- 1 radicchio đầu nhỏ (6 ounce), cắt đôi, bỏ lõi và thái lát mỏng
- ⅔ chén chà là cắt nhỏ, chia
- ½ chén hạnh nhân hun khói, cắt nhỏ, chia đôi

HƯỚNG DẪN:

a) Cắt bỏ vỏ và lõi của bưởi và cam. Cắt từng quả thành từng nửa, sau đó cắt lát dày ¼ inch theo chiều ngang.

b) Chuyển sang tô, trộn với đường và muối rồi để yên trong 15 phút.

c) Đổ trái cây vào rây lưới mịn đặt trên tô, để lại 2 thìa nước ép. Xếp trái cây thành một lớp đều trên đĩa phục vụ và rưới dầu.

d) Đánh đều nước ép cam quýt, hẹ tây và mù tạt với nhau trong một bát vừa.

e) Thêm radicchio, ⅓ cốc chà là và ¼ cốc hạnh nhân rồi trộn nhẹ nhàng để lớp phủ đều. Nêm muối và hạt tiêu cho vừa ăn.

f) Xếp hỗn hợp radicchio lên trái cây, để lại đường viền trái cây 1 inch xung quanh các cạnh.

g) Rắc ⅓ cốc chà là còn lại và ¼ cốc hạnh nhân còn lại. Phục vụ.

43.Salad nhung đỏ hồng

THÀNH PHẦN:

XA LÁT

- 4 củ cà rốt
- ⅓ củ hành đỏ vừa, thái lát
- 1 củ cải lớn
- 1 quả bưởi hồng, cắt thành từng phần
- 1 nắm quả hồ trăn cắt nhỏ

GIẤM

- ½ chén dầu ô liu
- ¼ chén giấm rượu gạo
- 1 thìa cà phê mù tạt
- 1 muỗng cà phê si-rô phong
- 1-2 tép tỏi, băm nhỏ
- Muối và hạt tiêu cho vừa ăn

HƯỚNG DẪN:

a) Cắt củ cải thành miếng vừa và đặt vào hộp đựng, nắp đậy và micro cho đến khi mềm bằng nĩa.

b) Dùng dụng cụ gọt vỏ cà rốt cạo từng dải dài từ mỗi củ cà rốt cho đến khi chạm đến lõi và không thể cạo được nữa. Lưu lõi để nhai sau.

c) Trong một tô lớn, đặt tất cả các thành phần salad của bạn ngoại trừ quả hồ trăn.

d) Trong một tô khác, đặt tất cả các nguyên liệu làm nước sốt và đánh cho đến khi nhũ hóa.

e) Khi bạn đã sẵn sàng phục vụ món salad, hãy rưới đủ nước sốt để phủ lên món salad và dành phần còn lại cho món salad ngày mai.

f) Rắc quả hồ trăn lên và bạn đã sẵn sàng.

44.Salad trái cây bưởi mùa đông

THÀNH PHẦN:

- 2 quả bưởi, gọt vỏ và cắt múi
- 2 quả cam, gọt vỏ và cắt múi
- 1 quả lựu, bỏ hạt
- Lá bạc hà, để trang trí

HƯỚNG DẪN:

a) Trong một tô lớn, trộn các múi bưởi, múi cam và hạt lựu.
b) Quăng nhẹ nhàng để trộn.
c) Trang trí bằng lá bạc hà tươi.
d) Dùng ngay như một món salad trái cây mùa đông tươi mát và đầy màu sắc.

45.Salad bưởi, củ cải đường và phô mai xanh

THÀNH PHẦN:

- ½ bó Cải xoong; thân cây thô bị loại bỏ
- 1 quả bưởi
- Phô mai xanh 1 ounce; cắt thành lát mỏng nhỏ
- 2 củ cải gọt vỏ luộc chín, xay thô
- 4 muỗng cà phê dầu ô liu nguyên chất
- 1 muỗng canh giấm balsamic
- Muối thô để nếm
- Tiêu xay thô cho vừa ăn

HƯỚNG DẪN:

a) Chia cải xoong vào 2 đĩa salad rồi xếp các phần bưởi và phô mai trang trí lên trên.

b) Trong một bát nhỏ trộn củ cải đường, 2 thìa cà phê dầu và giấm rồi chia cho các món salad.

c) Rưới dầu còn lại vào salad và nêm muối và hạt tiêu.

46.Salad trái cây tươi nhiều lớp

THÀNH PHẦN:

- ½ muỗng cà phê vỏ cam bào
- ⅔ cốc nước cam
- ½ thìa cà phê vỏ chanh bào vụn
- ⅓ cốc nước cốt chanh
- ⅓ cốc đường nâu nhạt đóng gói
- 1 thanh quế

TRAI CÂY TRỘN:

- 2 cốc dứa tươi cắt hạt lựu
- 2 cốc dâu tây tươi thái lát
- 2 quả kiwi vừa, gọt vỏ và thái lát
- 3 quả chuối vừa, thái lát
- 2 quả cam vừa, gọt vỏ và cắt thành từng phần
- 1 quả bưởi đỏ vừa, gọt vỏ và cắt thành từng phần
- 1 cốc nho đỏ không hạt

HƯỚNG DẪN:

a) Đun sôi 6 nguyên liệu ban đầu trong nồi. Hạ nhiệt rồi đun nhỏ lửa trong 5 phút mà không đậy nắp.

b) Để nguội hoàn toàn rồi bỏ thanh quế đi.

c) Trong một chiếc bát thủy tinh lớn, xếp các lớp trái cây lên. Rưới hỗn hợp nước trái cây lên trên.

d) Đậy kín rồi bảo quản trong tủ lạnh trong vài giờ.

47.Gỏi Bưởi Hạt Lựu

THÀNH PHẦN:

- Salad rau trộn
- 1 quả bưởi, gọt vỏ và cắt múi
- Những hạt lựu
- Phô mai dê, vỡ vụn
- Hạt thông nướng hoặc hạnh nhân
- Nước sốt giấm balsamic hoặc nước sốt cam quýt

HƯỚNG DẪN:

a) Sắp xếp các loại rau trộn salad trên đĩa phục vụ hoặc từng đĩa riêng lẻ.

b) Phủ các múi bưởi, hạt lựu, phô mai dê vụn và hạt thông hoặc hạnh nhân nướng lên trên.

c) Rưới nước sốt balsamic hoặc nước sốt cam quýt.

d) Phục vụ ngay lập tức như một lựa chọn salad đầy màu sắc và đầy hương vị.

48.Salad bưởi, bơ và Prosciutto

THÀNH PHẦN:

- 1 quả bưởi nhỏ màu đỏ ruby
- 2 chén ức gà quay không da, không xương xắt nhỏ
- ¾ muỗng cà phê dầu mè đen
- ⅛ thìa cà phê tiêu đen mới xay
- Một chút muối kosher
- 1 chén rau xanh, rau arugula bé hoặc rau diếp rách
- ½ quả bơ chín bóc vỏ, thái lát mỏng
- ¾ chén dứa tươi
- ½ chén táo Granny Smith cắt nhỏ
- ¼ cốc cà rốt
- ¼ cốc đậu nành
- 1 lát prosciutto thật mỏng
- hummus còn sót lại
- 3 muỗng canh hạt phỉ nướng cắt nhỏ
- bánh quy giòn nhiều hạt

HƯỚNG DẪN:

a) Gọt vỏ bưởi; cắt lát bưởi trên một bát vừa. Bóp màng để chiết ra khoảng 1 thìa nước cốt.

b) Đặt các phần sang một bên. Thêm dầu, hạt tiêu và muối vào nước ép, khuấy đều bằng máy đánh trứng. Thêm rau xanh; quăng vào áo khoác.

c) Xếp rau xanh vào đĩa; trên cùng là các phần bưởi, bơ, dứa, đậu nành Nhật Bản, cà rốt và prosciutto.

d) Ăn kèm với Hummus , quả phỉ và bánh quy giòn nhiều hạt .

49.Gỏi Bưởi Bắp Cải Đỏ

THÀNH PHẦN:

- 4 chén bắp cải đỏ thái lát mỏng
- 2 cốc bưởi cắt múi
- 3 thìa nam việt quất khô
- 2 muỗng canh hạt bí ngô

HƯỚNG DẪN:

a) các nguyên liệu salad vào tô trộn lớn và trộn đều.

50.Salad cà rốt và cá hồi hun khói

THÀNH PHẦN:

- 2 pound cà rốt với rau xanh kèm theo, chia nhỏ, ¼ cốc rau xanh cắt nhỏ
- 5 muỗng canh giấm táo, chia
- 1 thìa đường
- ⅛ muỗng cà phê cộng với ¾ muỗng cà phê muối ăn chia
- ¼ chén dầu ô liu nguyên chất, chia
- ¼ thìa cà phê tiêu
- 1 quả bưởi đỏ
- 2 thìa thì là tươi xắt nhỏ
- 2 thìa cà phê mù tạt Dijon
- 2 đầu rau diếp Bỉ (4 ounce mỗi cái), cắt đôi, bỏ lõi và thái lát dày ½ inch
- 8 ounce cá hồi hun khói

HƯỚNG DẪN:

a) Điều chỉnh giá đỡ lò xuống vị trí thấp nhất và làm nóng lò ở nhiệt độ 450 độ. Gọt vỏ và cạo 4 ounce cà rốt thành những dải ruy băng mỏng bằng dụng cụ gọt rau củ; để qua một bên. Gọt vỏ và cắt lát cà rốt còn lại dày ¼ inch; để qua một bên.

b) Cho ¼ cốc giấm, đường và ⅛ thìa muối vào bát cho vào lò vi sóng cho đến khi sôi, khoảng 1 đến 2 phút. Khuấy cà rốt đã bào vỏ, sau đó để yên, thỉnh thoảng khuấy trong 45 phút. (Cà rốt ngâm đã ráo nước có thể để trong tủ lạnh tối đa 5 ngày.)

c) Cho cà rốt thái lát với 1 muỗng canh dầu, hạt tiêu và ½ muỗng cà phê muối vào tô, sau đó trải thành một lớp duy nhất trên khay nướng có viền, cắt úp xuống. Nướng cho đến khi mềm và đáy chín vàng đều, từ 15 đến 25 phút. Để nguội một chút, khoảng 15 phút.

d) Trong khi đó, cắt bỏ vỏ và ruột của quả bưởi. Cắt quý quả bưởi, sau đó cắt chéo thành từng miếng dày ¼ inch.

e) Trộn thì là, mù tạt, 1 thìa giấm còn lại và ¼ thìa muối còn lại trong một tô lớn. Đánh liên tục, rưới từ từ 3 thìa dầu còn lại vào cho đến khi nhũ hóa. Thêm rau diếp xoăn, cà rốt xanh, cà rốt nướng, cà rốt ngâm, bưởi và trộn đều; nêm muối và hạt tiêu cho vừa ăn. Xếp cá hồi xung quanh mép đĩa phục vụ, sau đó chuyển salad vào giữa đĩa. Phục vụ.

51.Salad rau đắng, bưởi và bơ

THÀNH PHẦN:

- Các loại rau đắng hỗn hợp (như arugula, endive, radicchio)
- 1 quả bưởi, gọt vỏ và cắt múi
- 1 quả bơ, thái lát
- Hành đỏ, thái lát mỏng
- Quả óc chó nướng hoặc quả hồ đào
- Nước sốt giấm balsamic hoặc nước sốt cam quýt

HƯỚNG DẪN:

a) Trong một tô lớn, trộn hỗn hợp rau đắng, múi bưởi, lát bơ, hành đỏ thái lát mỏng và quả óc chó hoặc quả hồ đào nướng.
b) Rưới nước sốt balsamic hoặc nước sốt cam quýt.
c) Đảo nhẹ nhàng để bao phủ tất cả nguyên liệu.
d) Dùng ngay như một món salad tươi mát và sống động.

52.Cải xoong, bưởi hồng và salad quả óc chó

THÀNH PHẦN:

- cải xoong
- Những múi bưởi hồng
- quả óc chó nướng
- Hành đỏ, thái lát mỏng
- dấm balsamic

HƯỚNG DẪN:

a) Trong một tô lớn, trộn cải xoong, múi bưởi hồng, quả óc chó nướng và hành đỏ thái lát mỏng.

b) Rưới dầu giấm balsamic.

c) Đảo nhẹ nhàng để bao phủ tất cả nguyên liệu.

d) Phục vụ ngay lập tức như một lựa chọn salad sảng khoái và đầy hương vị.

53.Salad bưởi và bơ

THÀNH PHẦN:

- 1 quả bưởi, cắt múi
- 1 quả bơ, thái lát
- 2 chén rau trộn
- ¼ chén hành đỏ thái lát
- 2 muỗng canh dầu ô liu
- 1 thìa mật ong
- 1 muỗng canh giấm rượu trắng
- Muối và hạt tiêu cho vừa ăn

HƯỚNG DẪN:

a) Trong một tô trộn lớn, trộn hỗn hợp rau xanh và hành đỏ.
b) Trong một bát riêng, trộn đều dầu ô liu, mật ong, giấm rượu trắng, muối và hạt tiêu để làm nước sốt.
c) Thêm các múi bưởi và lát bơ vào tô trộn cùng với hỗn hợp rau xanh và hành đỏ.
d) Rưới nước sốt lên trên và trộn mọi thứ lại với nhau.
e) Phục vụ ngay lập tức.

54.Salad bưởi, cá hồi và bơ

THÀNH PHẦN:

- 1 quả bưởi, gọt vỏ và cắt múi
- 4 chén salad trộn rau xanh
- 1 quả bơ, thái lát
- 8 ounce cá hồi hun khói, vảy
- 1/4 chén hành đỏ thái lát
- 2 thìa thì là tươi xắt nhỏ
- 2 muỗng canh dầu ô liu
- 1 thìa nước cốt chanh
- Muối và hạt tiêu cho vừa ăn

HƯỚNG DẪN:

a) Trong một tô lớn, trộn các loại rau xà lách, múi bưởi, lát bơ, cá hồi hun khói, hành tím và thì là.

b) Trong một bát nhỏ, trộn dầu ô liu và nước cốt chanh để làm nước sốt. Nêm với muối và hạt tiêu.

c) Rưới nước sốt lên món salad và trộn nhẹ nhàng để nước sốt thấm đều.

d) Dùng ngay, trang trí thêm thì là nếu muốn.

55.Củ cải nướng bưởi và giấm

THÀNH PHẦN:

- 4 củ cải vừa, gọt vỏ và thái lát
- 1 quả bưởi, gọt vỏ và cắt múi
- 2 muỗng canh dầu ô liu
- 2 muỗng canh giấm balsamic
- Muối và hạt tiêu cho vừa ăn

SALSA VERDE:

- 1/4 chén mùi tây tươi xắt nhỏ
- 2 muỗng canh rau mùi tươi xắt nhỏ
- 2 muỗng canh bạc hà tươi xắt nhỏ
- 1 muỗng canh nụ bạch hoa, để ráo nước và cắt nhỏ
- 1 tép tỏi, băm nhỏ
- 2 muỗng canh giấm rượu vang đỏ
- 1/4 chén dầu ô liu
- Muối và hạt tiêu cho vừa ăn

HƯỚNG DẪN:

a) Làm nóng lò ở nhiệt độ 400°F (200°C).
b) Trong một tô lớn, trộn củ cải thái lát với dầu ô liu, giấm balsamic, muối và tiêu.
c) Trải củ cải thành một lớp duy nhất trên khay nướng.
d) Nướng trong lò làm nóng trước trong 25-30 phút hoặc cho đến khi mềm và có màu caramen, khuấy đều giữa chừng.
e) Trong khi nướng củ cải, hãy chuẩn bị món salsa verde bằng cách kết hợp tất cả các nguyên liệu salsa verde vào một cái bát. Nêm muối và hạt tiêu cho vừa ăn.
f) Xếp củ cải nướng và các múi bưởi lên đĩa phục vụ.
g) Rắc thêm salsa verde và dùng khi còn ấm hoặc ở nhiệt độ phòng.

MÓN TRÁNG MIỆNG

56.Bánh bưởi

THÀNH PHẦN:

- 1 suất ăn Ritz Crunch chưa nướng
- 1 phần sữa đông chanh dây bưởi
- 1 phần bưởi cô đặc có đường

HƯỚNG DẪN:

a) Làm nóng lò ở nhiệt độ 275°F.

b) Nhấn bánh Ritz vào khuôn bánh 10 inch. Dùng các ngón tay và lòng bàn tay ấn chặt miếng bánh vào, đảm bảo phủ đều và hoàn toàn phần dưới và các bên.

c) Đặt khuôn lên khay giấy và nướng trong 20 phút. Vỏ bánh Ritz phải có màu nâu vàng hơn một chút và có vị bơ đậm hơn một chút so với lớp vỏ giòn mà bạn bắt đầu.

d) Làm nguội hoàn toàn lớp vỏ; được bọc trong nhựa, lớp vỏ có thể được đông lạnh tới 2 tuần.

e) Dùng thìa hoặc thìa bù lại, phết đều phần chanh dây bưởi lên đáy vỏ bánh Ritz. Cho bánh vào ngăn đá tủ lạnh để sữa đông cứng lại khoảng 30 phút.

f) Dùng thìa hoặc thìa bù lại, phết bưởi đặc có đường lên trên lớp sữa đông, cẩn thận không trộn hai lớp và đảm bảo sữa đông được bao phủ hoàn toàn. Quay trở lại tủ đông cho đến khi sẵn sàng cắt lát và phục vụ.

57.Bánh tart hạt cam Brazil

THÀNH PHẦN:

- 3 Những quả trứng, chia ra
- ¾ cốc Đường cát
- Vỏ bào của 1 quả cam
- 1 muỗng cà phê Tinh dầu vanilla
- 2 tách Quả hạch Brazil nghiền mịn
- 1½ muỗng canh Bột mì đa dụng
- ¼ thìa cà phê Muối
- Trình bày:
- 2 bưởi
- 2 Những quả cam
- 4 lớn Lòng trắng trứng
- 1¼ cốc Đường cát

HƯỚNG DẪN:

a) Làm nóng lò ở nhiệt độ 350 độ. Lót một khuôn bánh tròn 10 inch bằng giấy da, bơ và bột mì.

b) Trong một cái bát, đánh lòng đỏ trứng và đường cho đến khi có màu vàng nhạt. Thêm vỏ cam và vani vào, đánh cho đến khi mịn và nhẹ rồi đặt sang một bên.

c) Trong một cái bát, trộn 1 cốc hạt Brazil với bột mì và đặt sang một bên. Dự trữ các loại hạt còn lại để trang trí.

d) Trong một tô khác, đánh lòng trắng trứng cho đến khi nổi bọt. Rắc muối vào và tiếp tục đánh cho đến khi tạo thành chóp mềm. Lần lượt cho hỗn hợp hạt và bột mì và hỗn hợp lòng đỏ đã đánh vào cho đến khi hòa quyện. Đổ vào chảo đã chuẩn bị.

e) Nướng trong 25 đến 30 phút, hoặc cho đến khi có màu nâu nhạt. Đặt trên giá để nguội, trong khoảng 10 phút. Chạy dao dọc theo mép để nới lỏng và lật ngược lên đĩa. Lấy giấy da ra và để nguội hoàn toàn.

f) Trong khi đó, làm nóng lò ở nhiệt độ 300 độ. Đặt bánh lên khay nướng có lót giấy da.

g) Làm việc trên một cái bát để hứng nước ép, gọt vỏ bưởi và cam rồi cắt giữa các màng để loại bỏ các phần. Loại bỏ hạt. Sắp xếp các phần trên bánh. Đổ nước ép qua lưới lọc và rưới lên bánh.

h) Trong một cái bát, đánh lòng trắng trứng cho đến khi nổi bọt. Dần dần thêm đường, đánh cho đến khi hình thành chóp cứng, khoảng 10 phút. Nhẹ nhàng gấp 1 cốc hạt Brazil đã xay vào.

i) Trải đều meringue lên bánh và nướng trong ½ giờ. Làm nguội trên giá và phục vụ.

58.Nước ép cam quýt với bưởi Granita

THÀNH PHẦN:

- 2 quả bưởi nhỏ
- 1 ½ cốc nước ép bưởi đỏ ruby
- ⅓ chén hạt lựu
- ½ cốc nước
- ½ chén đường dừa
- 2 quả cam rốn nhỏ
- 2 quả quýt

HƯỚNG DẪN:

a) Trong một cái chảo nhỏ, đun sôi nước và xi-rô phong và khuấy đều.

b) Đặt sang một bên và để nguội trong vài phút.

c) Thêm nước ép bưởi và trộn đều. Chuyển sang đĩa vuông 8 inch và đông lạnh trong 1 giờ.

d) Khuấy bằng nĩa và để đông trong 2-3 giờ nữa cho đến khi đông cứng hoàn toàn. Khuấy cứ sau 30 phút.

e) Mỗi quả cam nên được cắt một lát mỏng từ trên xuống dưới. Dùng dao gọt bỏ vỏ và lớp ngoài của cam.

f) Nên thêm quýt đã gọt vỏ và cắt khúc vào cam và bưởi. Khuấy nhẹ hạt lựu.

g) Để phục vụ, hãy dùng nĩa để khuấy granita. Xếp xen kẽ hỗn hợp granita và trái cây thành sáu món tráng miệng.

59.Mousse bưởi

THÀNH PHẦN:

- 2 lòng đỏ trứng
- ⅓ cốc Đường
- 1 gói gelatin không vị
- 3 thìa rượu Gin
- 8 ounce nước ép bưởi
- 1 muỗng cà phê vỏ bưởi bào sợi
- 1 cốc kem chua
- 2 cốc kem tươi
- 3 thìa đường
- 2 lòng trắng trứng
- 2 cốc dâu tây tươi cắt lát
- Toàn bộ dâu tây để trang trí

HƯỚNG DẪN:

a) Đánh lòng đỏ trứng và ⅓ cốc đường trong tô thép không gỉ trên nồi cách thủy nước nóng hoặc nửa trên của nồi đun đôi cho đến khi chúng có màu nhạt hơn và trở nên bông xốp (khoảng 2 phút). Thêm gelatin đã được làm mềm bằng rượu gin vào hỗn hợp trứng và tiếp tục đánh thêm 2 phút nữa. Tắt bếp và thêm nước ép bưởi, vỏ và kem chua. Trộn kỹ. Làm lạnh trong 10 phút. Trong khi đó, đánh kem tươi với 3 thìa đường. Đánh lòng trắng trứng cho đến khi tạo thành chóp cứng.

b) Gấp ½ lượng kem đã đánh bông (dành ½ để trang trí) vào hỗn hợp gelatin đã ướp lạnh. Trộn đều. Gấp trong lòng trắng trứng. Thư giãn trong 4 - 6 giờ. Phục vụ trong ly parfait, xen kẽ mousse với các lớp dâu tây cắt lát.

c) Phủ kem tươi còn lại và toàn bộ dâu tây lên trên.

60.Tutti trái cây ăn vặt

THÀNH PHẦN:

- ½ quả bưởi
- 1 quả cam
- 1 cốc dứa tươi
- 6 kẹo dẻo
- 6 quả anh đào Maraschino
- ½ chén dừa vụn ẩm
- 2 muỗng canh nước ép Maraschino
- 3 lòng trắng trứng
- 6 muỗng canh đường bánh kẹo

HƯỚNG DẪN:

a) Loại bỏ các phần màng của bưởi và cam, cắt dứa, cắt kẹo dẻo và anh đào thành 8 phần.

b) Ngâm kẹo dẻo và dừa trong nước ép kết hợp.

c) Đánh lòng trắng trứng cho đến khi cứng rồi cho đường vào.

d) Kết hợp với hoa quả và hỗn hợp kẹo dẻo dừa. Đóng băng trong khay tủ lạnh cho đến khi chắc chắn.

61.Sorbet bưởi

THÀNH PHẦN:

- 4 quả bưởi
- 3 thìa nước cốt chanh tươi
- ½ cốc xi-rô ngô nhẹ
- ⅔ cốc đường
- Hương liệu tùy chọn: Một vài nhánh ngải giấm, húng quế hoặc hoa oải hương; hoặc ½ nửa hạt vani tách đôi; loại bỏ hạt
- ¼ cốc rượu vodka

HƯỚNG DẪN:

a) Chuẩn bị Dùng dụng cụ gọt vỏ, loại bỏ 3 dải vỏ từ 1 quả bưởi. Cắt đôi quả bưởi và ép lấy 3 cốc nước ép.

b) Nấu ăn Kết hợp nước ép bưởi, vỏ, nước cốt chanh, xi-rô ngô và đường vào nồi 4 lít rồi đun sôi, khuấy đều để hòa tan đường. Chuyển sang tô vừa, thêm chất thơm nếu dùng và để nguội.

c) Làm lạnh Loại bỏ vỏ bưởi. Đặt đế kem vào tủ lạnh và làm lạnh ít nhất 2 giờ.

d) Đông lạnh Lấy đế kem ra khỏi tủ lạnh và lọc hết chất thơm. Thêm rượu vodka. Lấy hộp đông lạnh ra khỏi tủ đông, lắp ráp máy làm kem của bạn và bật nó lên. Đổ đế kem vào hộp và quay cho đến khi có độ đặc như kem đánh bông rất mềm.

e) Đóng gói kem vào hộp bảo quản. Ấn trực tiếp một tờ giấy da lên bề mặt và đậy kín bằng nắp đậy kín. Làm đông ở phần lạnh nhất của tủ đông cho đến khi cứng lại, ít nhất 4 giờ.

62.Bánh quy bưởi đen hồng

THÀNH PHẦN:

- 2 chén bột mì đa dụng
- 1/2 muỗng cà phê bột nở
- 1/4 thìa cà phê muối
- 1/2 chén bơ không muối, làm mềm
- 1 cốc đường cát
- Vỏ của 1 quả bưởi hồng
- 2 thìa nước ép bưởi hồng
- 1 quả trứng
- Màu thực phẩm màu hồng (tùy chọn)
- Đường bánh kẹo, để rắc (tùy chọn)

HƯỚNG DẪN:

a) Làm nóng lò ở nhiệt độ 350°F (175°C). Lót giấy nến vào khay nướng.
b) Trong một tô vừa, trộn đều bột mì, bột nở và muối.
c) Trong một tô lớn, trộn bơ đã làm mềm và đường cát cho đến khi mịn và nhạt.
d) Đánh đều vỏ bưởi, nước ép bưởi, trứng và màu thực phẩm màu hồng (nếu dùng) cho đến khi hòa quyện.
e) Dần dần thêm hỗn hợp bột vào nguyên liệu ướt, trộn cho đến khi tạo thành bột.
f) Cán các phần bột có kích thước bằng thìa canh thành từng quả bóng và đặt chúng lên khay nướng đã chuẩn bị sẵn, cách nhau 2 inch.
g) Dùng đáy ly nhẹ nhàng dẹt từng viên bột.
h) Nướng trong lò làm nóng trước khoảng 10-12 phút hoặc cho đến khi các cạnh có màu vàng nhạt.
i) Lấy ra khỏi lò và để bánh nguội trên khay nướng trong 5 phút trước khi chuyển chúng sang giá lưới để nguội hoàn toàn.
j) Rắc đường bánh kẹo nếu muốn trước khi dùng.

63.Mật Ong Zabaglione Với Bưởi

THÀNH PHẦN:

- 4 lòng đỏ trứng lớn
- 1/4 cốc mật ong
- 1/4 chén rượu Marsala ngọt
- 1 muỗng cà phê chiết xuất vani
- 2 chén múi bưởi tươi

HƯỚNG DẪN:

a) Trong một bát chịu nhiệt, đánh đều lòng đỏ trứng, mật ong, rượu Marsala và chiết xuất vani.

b) Đặt tô lên trên nồi nước đang sôi, đảm bảo đáy tô không chạm vào nước.

c) Đánh hỗn hợp liên tục cho đến khi đặc lại và tạo thành chóp mềm, khoảng 5-7 phút.

d) Lấy bát ra khỏi bếp và tiếp tục đánh thêm một phút nữa để nguội một chút.

e) Chia các múi bưởi cho các món ăn và rưới một lớp zabaglione mật ong lên trên.

f) Dùng ngay, tùy ý trang trí bằng lá bạc hà hoặc rắc đường bột.

64.nhiều lắm

THÀNH PHẦN:

- nửa quả bưởi
- Đường nâu hoặc mật ong
- quế xay

HƯỚNG DẪN:

a) Làm nóng lò nướng thịt trong lò của bạn.
b) Cắt đôi quả bưởi và đặt hai nửa lên khay nướng, cắt mặt hướng lên trên.
c) Rắc từng nửa quả bưởi với đường nâu hoặc rưới mật ong.
d) Rắc một chút quế xay.
e) Đặt khay nướng dưới vỉ nướng trong 3-5 phút hoặc cho đến khi đường chuyển sang màu caramen và sủi bọt.
f) Lấy ra khỏi lò và để nguội một chút trước khi dùng.

65.Bưởi với quả hồ trăn

THÀNH PHẦN:

- 2 quả bưởi, gọt vỏ và cắt múi
- 1/4 chén quả hồ trăn xắt nhỏ
- Mật ong, để pha mưa phùn (tùy chọn)

HƯỚNG DẪN:

a) Xếp các múi bưởi lên đĩa phục vụ.
b) Rắc quả hồ trăn cắt nhỏ lên trên quả bưởi.
c) Rưới thêm mật ong nếu muốn.
d) Dùng ngay như một món ăn nhẹ sảng khoái hoặc món tráng miệng nhẹ.

66.Bưởi với mật ong Ricotta và bạch đậu khấu

THÀNH PHẦN:

- 2 quả bưởi, gọt vỏ và cắt múi
- 1 cốc phô mai ricotta
- 2 thìa mật ong
- 1/2 muỗng cà phê bạch đậu khấu xay
- Quả hồ trăn hoặc hạnh nhân, cắt nhỏ (tùy chọn, để trang trí)

HƯỚNG DẪN:

a) Xếp các múi bưởi lên đĩa phục vụ.
b) Trong một bát nhỏ, trộn phô mai ricotta với mật ong và bạch đậu khấu xay.
c) Đổ hỗn hợp ricotta đã làm ngọt lên các múi bưởi.
d) Trang trí với quả hồ trăn cắt nhỏ hoặc hạnh nhân nếu muốn.
e) Dùng ngay như một món tráng miệng hoặc bữa sáng nhẹ nhàng và sảng khoái.

67.Panna Cotta húng quế-sữa chua với bưởi Gelèe

THÀNH PHẦN:

- 1 phong bì (1/4 ounce) gelatin không hương vị
- 2 muỗng canh nước lạnh
- 1 cốc kem đặc
- 1/2 chén đường cát
- 1 cốc sữa chua Hy Lạp nguyên chất
- 1 muỗng cà phê chiết xuất vani
- 2 muỗng canh lá húng quế tươi xắt nhỏ
- 1 quả bưởi, gọt vỏ và cắt múi
- 1/4 cốc nước ép bưởi
- 2 thìa mật ong

HƯỚNG DẪN:

a) Trong một bát nhỏ, rắc gelatin lên nước lạnh và để yên trong 5 phút cho gelatin mềm.

b) Trong chảo, đun nóng kem đặc và đường trên lửa vừa cho đến khi đường tan và hỗn hợp nóng nhưng không sôi.

c) Nhấc chảo ra khỏi bếp và cho gelatin đã mềm vào khuấy đều cho đến khi tan hoàn toàn.

d) Trong một bát riêng, trộn đều sữa chua Hy Lạp, chiết xuất vani và lá húng quế cắt nhỏ.

e) Từ từ đánh hỗn hợp kem nóng vào hỗn hợp sữa chua cho đến khi mịn.

f) Chia hỗn hợp vào các ly phục vụ hoặc ramekins và để trong tủ lạnh ít nhất 4 giờ hoặc cho đến khi đông lại.

g) Trong máy xay sinh tố, xay nhuyễn các múi bưởi với nước ép bưởi và mật ong cho đến khi mịn.

h) Đổ gelèe bưởi lên trên panna cotta đã đặt và để trong tủ lạnh thêm một giờ nữa.

i) Dùng lạnh, tùy ý trang trí bằng lá húng quế tươi.

68.Trứng cam nướng

THÀNH PHẦN:

- 1 quả cam hoặc bưởi
- 1 trứng lớn
- 2 thìa sữa
- Đường và quế cho vừa ăn

HƯỚNG DẪN:

a) Nhẹ nhàng đánh lòng trắng trứng bằng nĩa trong đĩa với sữa, đường và quế, nhưng không trộn quá kỹ.

b) Đặt hỗn hợp trứng vào cốc màu cam và đặt nó lên trên vỉ nướng than hồng.

69.Bánh tart nhân bưởi và phô mai dê

THÀNH PHẦN:

- 1 gói vỏ bánh tartlet mini
- 4 ounce phô mai dê
- 1 quả bưởi, cắt múi
- 2 thìa mật ong
- 1 muỗng canh húng tây tươi xắt nhỏ

HƯỚNG DẪN:

a) Làm nóng lò ở nhiệt độ 350°F (175°C).
b) Đặt vỏ bánh tartlet nhỏ lên khay nướng.
c) Đổ đầy mỗi vỏ bánh tartlet một thìa nhỏ phô mai dê.
d) Đặt một múi bưởi lên trên mỗi chiếc bánh tartlet.
e) Rưới mật ong lên trên mỗi chiếc bánh tartlet.
f) Rắc húng tây tươi.
g) Nướng trong 5-7 phút hoặc cho đến khi phô mai dê hơi tan chảy.
h) Phục vụ ngay lập tức.

70.Soufflés bưởi thu nhỏ với gừng

THÀNH PHẦN:

- Bơ, để phết mỡ ramekins
- Đường cát, để phủ ramekin
- 3 quả trứng lớn, tách ra
- 1/4 chén đường cát
- 1/4 cốc nước ép bưởi tươi
- 1 thìa cà phê vỏ bưởi
- 1 thìa cà phê gừng tươi bào mịn
- Đường bột, để rắc đường

HƯỚNG DẪN:

a) Làm nóng lò ở nhiệt độ 375°F (190°C). Bôi bơ ramekins và phủ một lớp đường cát lên chúng, loại bỏ phần thừa.

b) Trong một tô lớn, đánh lòng đỏ trứng với 1/4 cốc đường cát cho đến khi nhạt và đặc.

71.Sorbet bưởi

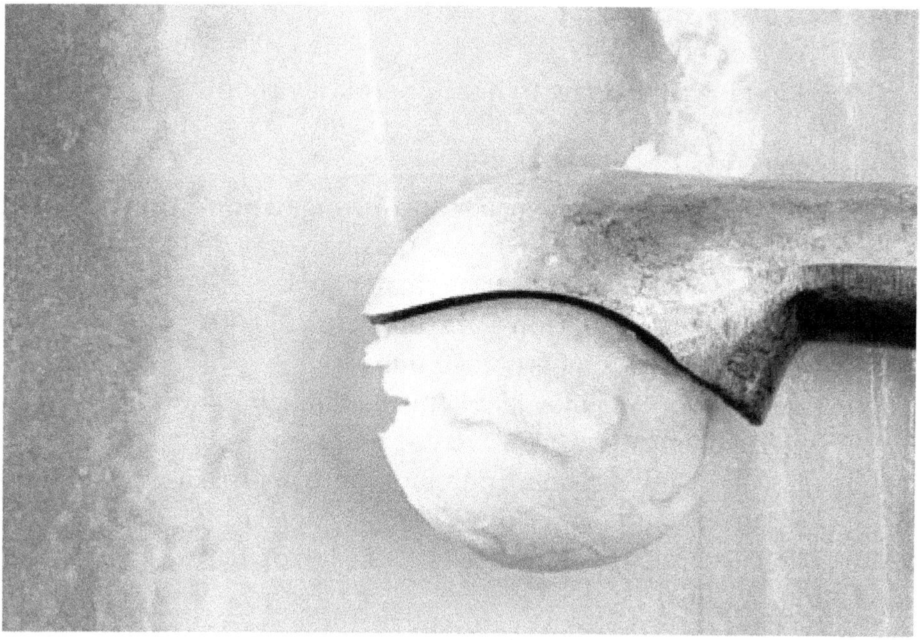

THÀNH PHẦN:

- 2 cốc nước ép bưởi tươi (đã lọc)
- 1/2 chén đường cát
- 1/4 cốc nước
- 2 muỗng canh Campari hoặc Aperol (tùy chọn)

HƯỚNG DẪN:

a) Trong một cái chảo nhỏ, kết hợp đường và nước. Đun trên lửa vừa, khuấy đều cho đến khi đường tan hoàn toàn để tạo thành một loại xi-rô đơn giản. Hủy bỏ nhiệt và để nguội.

b) Trong một tô lớn, trộn nước ép bưởi với xi-rô đơn giản đã nguội và Campari hoặc Aperol (nếu dùng).

c) Đổ hỗn hợp vào máy làm kem và khuấy theo hướng dẫn của nhà sản xuất cho đến khi đạt độ đặc như kem.

d) Chuyển kem vào hộp đựng an toàn trong tủ đông và đông lạnh trong ít nhất 4 giờ hoặc cho đến khi cứng lại.

e) Phục vụ muỗng kem trong bát hoặc ly ướp lạnh.

72.Bánh mì kẹp bơ với sữa đông bưởi

THÀNH PHẦN:

ĐỐI VỚI BÁNH NGẮN:

- 1 cốc bơ không muối, làm mềm
- 1/2 chén đường bột
- 2 chén bột mì đa dụng
- 1/4 thìa cà phê muối
- 1 muỗng canh lá trà hoa nhài (nghiền mịn)

ĐỐI VỚI SỮA BƯỞI:

- 3 quả trứng lớn
- 3/4 chén đường cát
- 1/2 cốc nước ép bưởi tươi
- Vỏ của 1 quả bưởi
- 1/2 chén bơ không muối, cắt thành từng miếng nhỏ

HƯỚNG DẪN:

a) Làm nóng lò ở nhiệt độ 350°F (175°C) và lót khay nướng bằng giấy nến.

b) Trong một tô trộn lớn, trộn bơ đã làm mềm và đường bột cho đến khi mịn và nhạt.

c) Thêm bột mì, muối và lá trà hoa nhài xay vào tô và trộn cho đến khi thành một khối bột.

d) Cán bột trên bề mặt đã rắc bột mì dày khoảng 1/4 inch. Sử dụng khuôn cắt bánh quy để cắt các hình dạng và đặt chúng lên khay nướng đã chuẩn bị sẵn.

e) Nướng trong lò làm nóng trước khoảng 10-12 phút hoặc cho đến khi các cạnh có màu vàng nhạt.

f) Lấy ra khỏi lò và để bánh nguội hoàn toàn trên giá lưới.

g) Trong khi đó, chuẩn bị sữa đông bưởi. Trong một tô chịu nhiệt, đánh trứng, đường cát, nước ép bưởi và vỏ bưởi với nhau.

h) Đặt bát lên trên nồi nước sôi (nồi hơi đôi) và nấu, khuấy liên tục cho đến khi hỗn hợp đặc lại để phủ lên mặt sau của thìa.

i) Lấy bát ra khỏi bếp và đánh dần bơ cho đến khi mịn và hòa quyện.

j) Để sữa đông bưởi nguội đến nhiệt độ phòng.

k) Sau khi bánh quy và sữa đông đã nguội hoàn toàn, hãy phết một lớp sữa đông bưởi lên mặt dưới của một chiếc bánh quy và bánh sandwich với một chiếc bánh quy khác ở trên.

l) Lặp lại với số bánh quy và sữa đông còn lại.

m) Rắc đường bột lên trên bánh sandwich trước khi dùng.

73.Bưởi Brulée

THÀNH PHẦN:

- 2 quả bưởi
- 4 thìa đường cát
- Một nhúm muối

HƯỚNG DẪN:

a) Làm nóng lò nướng thịt trong lò của bạn.
b) Cắt đôi quả bưởi và dùng dao sắc để tách thịt ra khỏi vỏ.
c) Rắc một chút muối lên trên mỗi nửa quả bưởi.
d) Rắc một thìa đường cát lên trên mỗi nửa quả bưởi, dàn đều.
e) Đặt hai nửa quả bưởi lên khay nướng rồi đặt dưới vỉ nướng trong khoảng 5 - 7 phút, cho đến khi đường bên trên chuyển sang màu caramen và chuyển sang màu nâu vàng.
f) Lấy nửa quả bưởi ra khỏi lò và để nguội trong vài phút trước khi dùng.

GIA VỊ

74.Nước sốt margarita bưởi

THÀNH PHẦN:

- 4 củ hẹ
- 2 quả ớt jalapeno
- 1 muỗng canh dầu thực vật
- 1 bó cọng rau mùi
- 2 cốc nước ép bưởi
- ½ chén nước dùng gà
- 3 ounce rượu tequila
- ¼ c nước cốt chanh
- 2 muỗng canh tinh bột ngô, hòa tan trong 2¼ c mỗi múi bưởi, cam và chanh,
- 2 muỗng canh rau mùi xắt nhỏ
- 1 ounce Cointreau
- Muối

HƯỚNG DẪN:

a) Đun nóng dầu trong chảo vừa trên lửa vừa cao. Thêm hẹ tây, ớt jalapenos và cọng ngò vào rồi đun trong 3 phút. Thêm nước ép bưởi, nước luộc gà, rượu tequila và nước cốt chanh. Đun sôi.

b) Khuấy liên tục, đổ dần hỗn hợp bột ngô vào cho đến khi nước sốt bắt đầu đặc lại - bạn sẽ không cần dùng hết.

c) Đun nhỏ lửa trong khoảng 20 phút. Lọc qua rây mịn. Gấp các múi cam quýt, ngò và Cointreau. nêm gia vị vừa ăn với muối.

75.Mứt cam

THÀNH PHẦN:

- vỏ ½ quả bưởi
- vỏ 1 quả cam
- vỏ 1 quả chanh
- 1 lít nước lạnh
- Bột của 1 quả bưởi
- Thịt của 4 quả cam cỡ vừa
- 2 cốc nước chanh
- 2 cốc nước sôi
- 3 chén đường

HƯỚNG DẪN:

a) Để chuẩn bị trái cây. Rửa và gọt vỏ trái cây.

b) Cắt vỏ thành dải mỏng. Thêm nước lạnh và đun nhỏ lửa trong chảo có nắp đậy cho đến khi mềm (khoảng 30 phút). Làm khô hạn.

c) Loại bỏ hạt và màng từ trái cây đã gọt vỏ.

d) Cắt trái cây thành miếng nhỏ.

e) Để làm mứt. Thêm nước sôi để gọt vỏ và trái cây.

f) Thêm đường và đun sôi nhanh đến nhiệt độ 9°F trên điểm sôi của nước (khoảng 20 phút), khuấy thường xuyên. Hủy bỏ nhiệt; hớt bọt.

g) Đổ ngay vào lọ đóng hộp nóng, vô trùng cách mặt trên ¼ inch.

h) Đậy kín và xử lý trong 5 phút trong nồi cách thủy sôi.

76.Nước sốt bưởi

THÀNH PHẦN:

- ½ cốc nước ép bưởi
- 2 thìa mật ong
- 1 muỗng canh mù tạt Dijon
- ¼ chén dầu ô liu
- Muối và hạt tiêu cho vừa ăn

HƯỚNG DẪN:

a) Trong một bát trộn nhỏ, trộn nước ép bưởi, mật ong và mù tạt Dijon.

b) Từ từ thêm dầu ô liu vào, đánh liên tục cho đến khi dầu giấm quyện đều.

c) Nêm muối và hạt tiêu cho vừa ăn.

d) Sử dụng ngay hoặc bảo quản trong hộp kín trong tủ lạnh tối đa 1 tuần.

77.Bưởi và bơ mật ong

THÀNH PHẦN:

- ½ chén bơ không muối, làm mềm
- 1 muỗng canh vỏ bưởi
- 2 thìa nước ép bưởi
- 2 thìa mật ong
- Muối, để nếm

HƯỚNG DẪN:

a) Trong một bát trộn nhỏ, trộn bơ đã làm mềm, vỏ bưởi, nước ép bưởi, mật ong và muối.

b) Trộn cho đến khi kết hợp tốt.

c) Dùng ngay hoặc bảo quản trong hộp kín trong tủ lạnh tối đa 1 tuần.

78.Bưởi và Jalapeno Salsa

THÀNH PHẦN:

- 1 quả bưởi, cắt múi và thái hạt lựu
- ½ củ hành đỏ, thái hạt lựu
- 1 jalapeno, bỏ hạt và thái hạt lựu
- 2 muỗng canh rau mùi tươi xắt nhỏ
- 2 thìa nước cốt chanh
- Muối và hạt tiêu cho vừa ăn

HƯỚNG DẪN:

a) Trong một bát trộn vừa, kết hợp các múi bưởi thái hạt lựu, hành tím thái hạt lựu, ớt jalapeno thái hạt lựu, ngò tươi cắt nhỏ, nước cốt chanh, muối và tiêu.

b) Trộn cho đến khi kết hợp tốt.

c) Dùng ngay hoặc bảo quản trong hộp kín trong tủ lạnh tối đa 3 ngày.

79.Salsa bơ bưởi

THÀNH PHẦN:

- 1 quả bưởi, cắt múi và thái hạt lựu
- 1 quả bơ, thái hạt lựu
- 1/4 chén hành đỏ, thái nhỏ
- 2 muỗng canh rau mùi tươi, xắt nhỏ
- 1 jalapeno, bỏ hạt và thái nhỏ
- Nước ép 1 quả chanh
- Muối để nếm
- Bánh Tortilla để phục vụ

HƯỚNG DẪN:

a) Trong một bát trộn, trộn bưởi thái hạt lựu, bơ thái hạt lựu, hành tím cắt nhỏ, ngò cắt nhỏ, ớt jalapeno cắt nhỏ và nước cốt chanh.
b) Nhẹ nhàng trộn các thành phần với nhau cho đến khi kết hợp tốt.
c) Nêm salsa với muối cho vừa ăn.
d) Phục vụ món salsa bơ bưởi với bánh tortilla để chấm.
e) Thưởng thức món salsa sảng khoái và đầy hương vị này như một món khai vị hoặc bữa ăn nhẹ.

80.Mứt bưởi

THÀNH PHẦN:

- 4 quả bưởi lớn
- 4 cốc đường cát
- 4 cốc nước

HƯỚNG DẪN:

a) Rửa bưởi thật sạch và loại bỏ các vết bẩn. Cắt đôi quả bưởi và ép lấy nước, để dành nước ép cho lần sử dụng khác.

b) Dùng dao sắc cắt mỏng vỏ bưởi thành từng dải.

c) Trong một nồi lớn, trộn vỏ bưởi và nước. Đun sôi ở lửa vừa cao, sau đó giảm nhiệt và đun nhỏ lửa trong khoảng 30 phút hoặc cho đến khi vỏ mềm.

d) Thêm đường vào nồi và khuấy cho đến khi hòa tan. Tăng nhiệt lên mức trung bình cao và đun sôi hỗn hợp.

e) Nấu mứt cam, khuấy thường xuyên cho đến khi đạt được độ đặc mong muốn và vượt qua bài kiểm tra gel (một lượng nhỏ đặt trên đĩa ướp lạnh sẽ tạo thành gel trong vòng một phút).

f) Lấy nồi ra khỏi bếp và để mứt nguội trong vài phút trước khi chuyển vào lọ khử trùng. Đậy kín lọ và bảo quản ở nơi tối, mát mẻ.

81.Hương vị bưởi

THÀNH PHẦN:

- 2 quả bưởi
- 1/2 củ hành đỏ, thái nhỏ
- 1/4 chén ngò tươi xắt nhỏ
- 2 thìa mật ong
- 1 muỗng canh giấm táo
- Muối và hạt tiêu cho vừa ăn

HƯỚNG DẪN:

a) Gọt vỏ bưởi và cắt bỏ từng múi, sau đó cắt thành từng miếng nhỏ.

b) Trong một cái bát, trộn bưởi cắt nhỏ, hành tím và ngò.

c) Trong một cái chảo nhỏ, đun nóng mật ong và giấm táo cho đến khi mật ong tan chảy và hỗn hợp mịn.

d) Đổ hỗn hợp mật ong lên hỗn hợp bưởi và trộn đều. Nêm muối và hạt tiêu cho vừa ăn.

e) Phục vụ gia vị ngay lập tức hoặc để trong tủ lạnh để sử dụng sau.

82.Tương ớt bưởi

THÀNH PHẦN:

- 2 quả bưởi
- 1 củ hành tây, thái nhỏ
- 1 muỗng canh gừng tươi bào sợi
- 1/2 chén giấm táo
- 1/2 chén đường nâu
- 1/4 thìa cà phê đinh hương xay
- 1/4 muỗng cà phê quế xay
- Muối để nếm

HƯỚNG DẪN:

a) Gọt vỏ bưởi và cắt bỏ từng múi, sau đó cắt thành từng miếng nhỏ.

b) Trong một cái chảo, trộn bưởi cắt nhỏ, hành tây, gừng, giấm, đường nâu, đinh hương, quế và muối.

c) Đun sôi hỗn hợp trên lửa vừa, sau đó giảm nhiệt và đun nhỏ lửa trong khoảng 30 phút, thỉnh thoảng khuấy đều cho đến khi đặc lại.

d) Lấy tương ớt ra khỏi bếp và để nguội trước khi chuyển vào lọ đã khử trùng. Đậy kín lọ và bảo quản trong tủ lạnh.

83.Sirô bưởi

THÀNH PHẦN:

- 2 quả bưởi
- 1 cốc đường cát
- 1 ly nước

HƯỚNG DẪN:

a) Gọt vỏ bưởi và cắt bỏ từng múi, sau đó cắt thành từng miếng nhỏ.

b) Trong một cái chảo, trộn bưởi cắt nhỏ, đường và nước.

c) Đun sôi hỗn hợp trên lửa vừa cao, sau đó giảm nhiệt và đun nhỏ lửa trong khoảng 20-25 phút cho đến khi đặc lại.

d) Lọc xi-rô qua lưới lọc mịn để loại bỏ bã hoặc hạt.

e) Để xi-rô nguội trước khi chuyển vào chai hoặc lọ. Bảo quản trong tủ lạnh tối đa hai tuần.

84.Thạch bưởi và bạc hà

THÀNH PHẦN:

- 4 quả bưởi
- 1 quả chanh
- 4 cốc nước
- 4 cốc đường cát
- 1/4 chén lá bạc hà tươi, xắt nhỏ
- 1 gói bột pectin trái cây

HƯỚNG DẪN:

a) Gọt vỏ bưởi và chanh, loại bỏ vỏ thành từng dải lớn. Ép trái cây đã gọt vỏ và dự trữ nước trái cây.

b) Trong một cái nồi lớn, trộn nước ép trái cây, vỏ và nước. Đun sôi, sau đó giảm nhiệt và đun nhỏ lửa trong khoảng 10 phút.

c) Lấy nồi ra khỏi bếp và lọc chất lỏng qua rây lưới mịn, loại bỏ chất rắn.

d) Đổ phần nước đã lọc vào nồi rồi cho đường và lá bạc hà cắt nhỏ vào khuấy đều. Đun sôi hỗn hợp trên lửa vừa cao, khuấy liên tục.

e) Khi hỗn hợp đã sôi, thêm pectin trái cây dạng bột vào và tiếp tục đun trong 1 phút, khuấy liên tục.

f) Nhấc nồi ra khỏi bếp và hớt hết bọt trên bề mặt thạch.

g) Múc thạch nóng vào lọ đã khử trùng, chừa lại 1/4 inch khoảng trống trên đầu. Đậy kín các lọ và xử lý chúng trong nồi cách thủy sôi trong 10 phút.

h) Lấy lọ ra khỏi bồn nước và để nguội hoàn toàn trước khi bảo quản ở nơi tối, mát mẻ.

COCKTAIL VÀ MOCKTAIL

85.Vermouth-Bưởi Sangria

THÀNH PHẦN:

- 1 chai vermouth trắng khô
- 2 cốc nước ép bưởi tươi
- 1/4 cốc mật ong hoặc xi-rô cây thùa, tùy theo khẩu vị
- 1 quả bưởi, thái lát mỏng
- 1 quả chanh, thái lát mỏng
- 1 quả chanh, thái lát mỏng
- 1 quả cam, thái lát mỏng
- 2 cốc nước có ga hoặc soda câu lạc bộ
- Khối nước đá
- Lá bạc hà tươi, để trang trí

HƯỚNG DẪN:

a) Trong một bình lớn, trộn rượu vermouth trắng khô, nước ép bưởi tươi và mật ong hoặc xi-rô cây thùa. Khuấy cho đến khi mật ong hòa tan.

b) Cho bưởi, chanh, chanh, cam cắt lát mỏng vào bình.

c) Làm lạnh sangria trong ít nhất 1-2 giờ để hương vị hòa quyện.

d) Ngay trước khi dùng, thêm nước có ga hoặc soda câu lạc bộ vào bình và khuấy nhẹ để kết hợp.

e) Đổ đá viên vào ly và đổ sangria lên trên đá.

f) Trang trí mỗi ly bằng lá bạc hà tươi.

g) Phục vụ rượu sangria vermouth-bưởi ướp lạnh và thưởng thức!

86.nước hương thảo

THÀNH PHẦN:

- 1 nhánh hương thảo tươi, vò nhẹ
- ½ quả bưởi, cắt thành từng múi
- ½ quả kiwi, gọt vỏ và cắt nhỏ

HƯỚNG DẪN:

a) Đặt nguyên liệu vào bình.
b) Đổ nước dừa vào và khuấy đều cho đến khi hòa quyện.
c) Thư giãn qua đêm.

87.Kombucha bưởi muối

THÀNH PHẦN:

- 4 ounce nước ép bưởi hồng
- 4 ounce trà đen kombucha
- Nhấm muối biển

HƯỚNG DẪN:

a) Trong ly, trộn nước ép, kombucha và muối rồi thưởng thức.

88.Sinh Tố Dứa Bưởi Detox

THÀNH PHẦN:

- 1 cốc dứa đông lạnh, thái hạt lựu
- 1 quả bưởi nhỏ, gọt vỏ và cắt múi
- 1 cốc nước dừa nguyên chất
- ½ muỗng cà phê gừng tươi bào sợi
- 1 chén rau chân vịt đóng gói
- 1 cốc đá

HƯỚNG DẪN:

a) Chuẩn bị tất cả nguyên liệu và cho mọi thứ vào máy xay.

b) Trộn dứa, bưởi, nước dừa, gừng, rau bina và đá cho đến khi đạt được kết cấu mịn và sủi bọt.

89.Đá việt quất với bưởi trắng

THÀNH PHẦN:

- 7 ounce quả việt quất
- 7 ounce đường
- 7 nhánh húng tây
- 16 ounce nước ép bưởi trắng
- nước ép của 1 quả chanh
- 1 nhánh hương thảo, tước bỏ

HƯỚNG DẪN:

a) Đặt 4 quả việt quất vào khay đá, đổ nước lên quả và để đông lạnh.

b) Trong nồi hoặc chảo, kết hợp đường và 4 ounce nước trên lửa vừa phải rồi đun sôi, khuấy đều.

c) Khuấy nhánh húng tây.

d) Kết hợp 2 muỗng canh xi-rô húng tây với nước ép bưởi và chanh.

e) Phục vụ trong 4 ly, thêm một vài viên đá việt quất vào mỗi ly và dùng lạnh, trang trí với hương thảo.

90.Cú đấm lựu và hồng

THÀNH PHẦN:

- 2 cốc nước ép bưởi hồng
- 1 cốc nước ép lựu
- 2 cốc nước có ga hoặc soda câu lạc bộ
- Khối nước đá
- Hạt lựu, để trang trí
- Những lát bưởi để trang trí

HƯỚNG DẪN:

a) Trong một bình lớn, trộn nước ép bưởi hồng và nước ép lựu.
b) Ngay trước khi dùng, thêm nước có ga hoặc soda câu lạc bộ và khuấy nhẹ để kết hợp.
c) Đổ đầy đá vào ly và đổ punch lên trên đá.
d) Trang trí mỗi ly bằng hạt lựu và một lát bưởi.
e) Phục vụ ngay lập tức như một cú đấm sảng khoái và lễ hội.

91.Xịt bưởi

THÀNH PHẦN:

- rượu vodka 1 ounce
- Nước ép bưởi 1 ounce
- ¾ ounce nước ép bưởi tươi
- ½ ounce xi-rô đơn giản
- ¼ ounce rượu dâu tây
- đá bào
- Club soda để đầu tắt
- Nhánh bạc hà, chanh và lát dâu tây để trang trí

HƯỚNG DẪN:

a) Trong bình lắc cocktail, thêm đá, rượu vodka, nước ép bưởi, nước ép bưởi, xi-rô đơn giản và rượu mùi dâu tây.
b) Lắc để thư giãn.
c) Lọc vào đá hoặc ly rượu trên đá nghiền.
d) Đổ đầy nước ngọt câu lạc bộ.
e) Trang trí với nhánh bạc hà, chanh và lát dâu tây.

92.B Lackberry Virgin paloma

THÀNH PHẦN:

- 3 quả mâm xôi
- 5 dấu gạch ngang Hella Bitters Ớt hun khói
- ½ ounce nước cốt chanh mới vắt
- 4-6 ounce soda bưởi
- Trà Spirulina 1 ounce, để nguội

HƯỚNG DẪN:

a) Trong chiếc ly có đáy đá nặng, những quả mâm xôi trộn lẫn. Thêm vị đắng và vắt nước cốt chanh.

b) Phủ một lớp đá bào lên trên các loại quả mọng và vị đắng. Điều này sẽ giữ cho hạt quả mọng không trôi nổi trong đồ uống.

c) Đổ đầy đá vào ly và đổ soda bưởi ướp lạnh lên trên.

d) Thêm một ounce Spirulina đã nguội để tạo màu nếu muốn. Trang trí với chanh và quả mâm xôi.

93.Bưởi Margarita

THÀNH PHẦN:

- 2 ounce rượu tequila
- Nước cốt chanh tươi 1 ounce
- Nước ép bưởi tươi 1 ounce
- ½ ounce xi-rô đơn giản
- Muối để viền kính
- Miếng bưởi để trang trí

HƯỚNG DẪN:

a) Viền mép ly bằng muối bằng cách dùng một miếng bưởi chà xát lên mép ly rồi nhúng vào một đĩa muối nhỏ.
b) Đổ đầy đá vào ly.
c) Trong bình lắc chứa đầy đá, trộn rượu tequila, nước cốt chanh, nước bưởi và xi-rô đơn giản. Lắc mạnh cho đến khi nguội hẳn.
d) Lọc hỗn hợp vào ly đã chuẩn bị đầy đá.
e) Trang trí với một lát bưởi và phục vụ.

94.Mojito bưởi và bạc hà

THÀNH PHẦN:

- Lá bạc hà tươi
- 1 thìa cà phê đường cát
- 1/2 quả chanh, cắt thành từng múi
- 1/2 quả bưởi, cắt thành múi
- 2 ounce rượu rum trắng
- Khối nước đá
- Nuoc soda
- Những lát bưởi và nhánh bạc hà để trang trí

HƯỚNG DẪN:

a) Trong ly, trộn lá bạc hà tươi với đường cát cho đến khi có mùi thơm.
b) Vắt nước từ chanh và múi bưởi vào ly.
c) Thêm các miếng nêm đã vắt vào ly.
d) Thêm rượu rum trắng và đá viên vào ly.
e) Đổ nước soda vào và khuấy nhẹ để hòa quyện.
f) Trang trí với những lát bưởi và nhánh bạc hà.
g) Dùng ngay và thưởng thức món mojito bưởi và bạc hà sảng khoái này.

95.Bưởi và mật ong Margarita

THÀNH PHẦN:

- 2 ounce rượu tequila
- 1 ounce nước ép bưởi tươi
- 1/2 ounce mật ong
- Khối nước đá
- Miếng bưởi, để trang trí

HƯỚNG DẪN:

a) Trong bình lắc cocktail, kết hợp rượu tequila, nước ép bưởi và mật ong.

b) Đổ đầy đá viên vào bình lắc và lắc mạnh cho đến khi lạnh hoàn toàn.

c) Lọc hỗn hợp vào ly có viền muối chứa đầy đá.

d) Trang trí với một lát bưởi và dùng ngay.

96.Trà Bưởi Ấm

THÀNH PHẦN:

- Nước ép bưởi tươi
- Nước nóng
- Em yêu
- Thanh quế (tùy chọn)

HƯỚNG DẪN:

a) Trong cốc, trộn nước ép bưởi tươi với nước nóng theo tỷ lệ 1:1.
b) Khuấy đều mật ong để tạo vị ngọt.
c) Tùy chọn, thêm một thanh quế để tăng thêm hương vị.
d) Để yên trong vài phút để ngấm gia vị.
e) Bỏ thanh quế nếu sử dụng và thưởng thức trà bưởi ấm.

97.Sinh Tố Dâu-Bưởi

THÀNH PHẦN:

- 1 quả bưởi, gọt vỏ và cắt múi
- 1 cốc dâu tây, bỏ vỏ
- 1 quả chuối, gọt vỏ
- 1/2 cốc sữa chua Hy Lạp
- 1/2 cốc nước cam
- Mật ong hoặc xi-rô cây thùa (tùy chọn, để tạo vị ngọt)
- Đá viên (tùy chọn, tùy theo độ dày)

HƯỚNG DẪN:

a) Cho các múi bưởi, dâu tây, chuối, sữa chua Hy Lạp và nước cam vào máy xay.
b) Thêm mật ong hoặc xi-rô cây thùa nếu muốn để tăng thêm vị ngọt.
c) Trộn cho đến khi mịn và kem.
d) Thêm đá viên nếu muốn để có độ đặc sệt hơn và xay lại.
e) Đổ vào ly và dùng ngay.

98.Cocktail bưởi hoa hồng Lillet

THÀNH PHẦN:

- 2 ounce hoa hồng Lillet
- 1 ounce nước ép bưởi tươi
- 1/2 ounce xi-rô đơn giản
- Bưởi xoắn, để trang trí

HƯỚNG DẪN:

a) Làm đầy li với những viên đá.
b) Thêm Lillet Rose, nước ép bưởi tươi và xi-rô đơn giản vào bình lắc.
c) Lắc đều cho đến khi nguội.
d) Lọc vào ly cocktail ướp lạnh.
e) Trang trí với một vòng bưởi.
f) Phục vụ và thưởng thức loại cocktail sảng khoái và thanh lịch này.

99.Spritz bưởi cay

THÀNH PHẦN:

- 1/2 cốc nước ép bưởi tươi
- 1/4 cốc nước có ga
- 1-2 muỗng canh mật ong hoặc xi-rô đơn giản, tùy theo khẩu vị
- 1/2 thìa cà phê gừng xay
- Một nhúm ớt cayenne (tùy chọn)
- Khối nước đá
- Những lát bưởi để trang trí

HƯỚNG DẪN:

a) Trong ly, trộn nước ép bưởi, nước có ga, mật ong hoặc xi-rô đơn giản, gừng xay và ớt cayenne (nếu dùng). Khuấy đều cho đến khi hòa quyện và mật ong tan hết.
b) Đổ đầy ly bằng đá viên.
c) Trang trí với một lát bưởi.
d) Hãy dùng ngay và thưởng thức hương vị cay nồng và sảng khoái!

100.Bưởi lắc vani

THÀNH PHẦN:

- 1 quả bưởi, gọt vỏ và cắt múi
- 1 cốc kem vani
- 1/2 cốc sữa
- 1 muỗng canh mật ong (tùy chọn để tăng thêm vị ngọt)

HƯỚNG DẪN:

a) Cho các múi bưởi, kem vani, sữa và mật ong (nếu dùng) vào máy xay.
b) Trộn cho đến khi mịn và kem.
c) Đổ vào ly và dùng ngay.

PHẦN KẾT LUẬN

Khi kết thúc hành trình khám phá ẩm thực về bưởi, chúng tôi hy vọng rằng "Cuốn sách dành cho người sành ăn bưởi tuyệt đỉnh" đã truyền cảm hứng cho bạn để thưởng thức hương vị tươi sáng và thơm của loại trái cây họ cam quýt yêu quý này trong căn bếp của riêng bạn.

Với 100 công thức nấu ăn sáng tạo trong tầm tay, bạn đã trải nghiệm niềm vui khi kết hợp bưởi vào nhiều món ăn, từ món salad tươi mát đến món khai vị thơm ngon và món tráng miệng thú vị. Cho dù bạn đã thưởng thức món ceviche bưởi thơm ngon, cá hồi tráng men bưởi thơm hay panna cotta bưởi thơm ngon, chúng tôi tin rằng bạn đã thưởng thức từng khoảnh khắc trong cuộc phiêu lưu ẩm thực bưởi của mình.

Khi bạn tiếp tục khám phá thế giới nấu ăn với bưởi, chúng tôi khuyến khích bạn phát huy khả năng sáng tạo của mình. Cho dù bạn đang thử nghiệm sự kết hợp hương vị, kỹ thuật hoặc cách trình bày mới, khả năng là vô tận khi nói đến ẩm thực bưởi.

Cảm ơn bạn đã tham gia cùng chúng tôi trên hành trình đầy hương vị này. Chúng tôi hy vọng rằng "Cuốn sách dành cho người sành ăn bưởi thượng hạng" sẽ trở thành người bạn đồng hành đáng trân trọng trong căn bếp của bạn, truyền cảm hứng cho những bữa ăn ngon và những trải nghiệm ẩm thực khó quên trong nhiều năm tới. Cho đến khi chúng ta gặp lại nhau, chúc món ăn của bạn tươi sáng, đậm đà và bùng nổ với hương vị bưởi nồng nàn. Chúc ngon miệng!

www.ingramcontent.com/pod-product-compliance
Lightning Source LLC
LaVergne TN
LVHW010924061026
849535LV00007B/2217